பழந்தமிழர் அரசியல்

சாமி. சிதம்பரனார்

Title: Pazhanthamizhar Arasiyal

Author: Sami Chidambaranar

Language: Tamil

First Published on: 1960

Year of Publication: 2025

Book Format: Paperback

*Page Size: 6inch * 9inch*

Category: History

Subject: Political History

No. of pages: 130

ISBN: 978-81-686511-2-8

Published by: Nilan Publishers, Madurai, Tamilnadu, India

பொருளடக்கம்

குறிப்புகளுக்காக

முன்னுரை

பழந்தமிழர் அரசியல் என்னும் இந்நூல் பல கட்டுரைகளின் தொகுப்பு. கரந்தைத் தமிழ்ச் சங்கத்திலிருந்து வெளிவரும் தமிழ்ப் பொழில் என்னும் மாதப் பத்திரிகையில் நான் எழுதிவந்த கட்டுரைகளின் ஒரு பகுதி.

பண்டைத் தமிழகத்தில் மன்னர் ஆட்சிதான் நிலைத் திருந்தது. அவர்கள் ஆளும் பரம்பரையைச் சேர்ந்தவர்கள்; அவர்கள் சர்வாதிகாரிகளாகத்தான் விளங்கினார்கள்.

பண்டைத் தமிழ் மன்னர்கள் சர்வாதிகாரிகளாக விளங்கினாலும், நாட்டு மக்களின் நன்மைக்காகவே உழைத்து வந்தனர். நாட்டு மக்களின் நன்மைக்காக வாழ்ந்த மன்னர்களே மக்களின் மதிப்பைப் பெற்று வாழ்ந்தனர்.

மன்னர்கள் சர்வாதிகாரம் பெற்றவர்களாக இருந்தாலும், அவர்கள் அநீதி செய்யும்போது மக்கள் அதைப் பொறுத்துக் கொண்டிருக்க மாட்டார்கள். பிற நாட்டு அரசர்களின் துணை கொண்டாவது கொடுங்கோல் மன்னர்களின் ஆட்சியைத் தொலைக்கப் பின்வாங்க மாட்டார்கள்.

பண்டைக் காலத்துத் தமிழ்ப் புலவர்கள், மன்னர்களுக்கு அவ்வப்போது அறிவுரை கூறி வந்தனர்; அவர்கள் அக்கிரமம் செய்யாமல் தடுத்து வந்தனர். அவர்கள் பொது மக்களின் நல்வாழ்வை முன்னிட்டு, அவ்வப்போது அரசியலில் தலையிடப் பின்வாங்கவில்லை.

பண்டைத் தமிழரசர்களிலே தந்நலம் காரணமாக மக்களுக்குத் தீங்கிழைத்தவர்களும் உண்டு. ஆனால் அவர்கள் மக்களால் வெறுக்கப்பட்டார்கள்; புலவர்களால் புகழப்படாமல் ஒதுக்கப்பட்டார்கள்; நல்லவர்களால் பழிக்கப்பட்டார்கள்.

மக்களின் நலத்திற்காகவே வாழ்ந்த மன்னர்கள் தெய்வம் போல் போற்றப்பட்டார்கள்; அவர்கள் தெய்வங்களின் அவதாரமாகவே கருதப்பட்டார்கள்.

பண்டை மன்னர்கள், புலவர்களையும், கலைஞர்களையும் போற்றிப் பாதுகாத்து வந்தனர். கலைகளும், கவிதைகளும், காவியங்களும் வளரத் துணை செய்தனர். கலைக்காகத் தங்கள் உயிரைக் கொடுத்த மன்னர்களும் உண்டு.

மனித சமூகத்திற்குத் துரோகம் புரியும் குற்றவாளிகளுக்குப் பண்டைக் காலத்தில் கடும் தண்டனை கொடுக்கப்பட்டது. குற்றங்கள் ஒழிய- குற்றவாளிகள் தோன்றாமலிருக்க- கடுந் தண்டனையே சிறந்த வழி என்பது அவர்கள் நம்பிக்கை.

ஆதியிலே சர்வாதிகாரிகளாக- தெய்வப் பிறப்பினராகக் கருதப்பட்ட மன்னர்கள் நாளடைவில் தங்கள் சர்வாதிகாரத்தை யிழந்தனர்; புலவர்களின் அறிவுரைகளை அமைச்சர்களின் உதவியை நம்பி- துணைக்கொண்டு ஆட்சி புரிந்தனர்.

இதன் பின்னர் ஐம்பெருங் குழு என்னும் மந்திரிசபை, எண்பேராயம் என்னும் ஜனப் பிரதிநிதி சபை இவைகளின் துணை கொண்டு அரசாண்டு வந்தனர். மன்னர்கள் பின்பற்றிய இந்த முறையே வளர்ச்சியடைந்து இன்றைய ஜனநாயக அரசு- குடிமக்கள் ஆட்சி- தோன்றுவதற்கு வழிகாட்டியது.

பண்டைக் காலத் தமிழ் மன்னர்களிலே பலர் தெய்வ நம்பிக்கையுள்ளவர்கள்; அறநெறிக்கு மாறாக நடந்தால் தெய்வ தண்டனைக்கு ஆளாவோம் என்ற நம்பிக்கை அவர்களிடம் இருந்தது. இக்காரணத்தால் அவர்கள் நீதி தவறி நடக்க அஞ்சினர். தமது உறவினராயினும் நீதி தவறி நடந்தால், அவர்களுக்குக் கடுந் தண்டனை விதித்தனர்; அறத்தை நிலை நிறுத்தினர்.

அக்கால மன்னர்கள், தாம் செய்தது தவறு, அறத்திற்கு விரோதமானது என்று அறிந்தால் தமக்குத் தாமே கடுந் தண்டனை விதித்துக் கொண்டனர்.

தமிழ் மன்னர்களின் இச்சிறந்த செயல்களைக் காணும் போது, நாம் ஒரு உண்மையை உணராமலிருக்க முடியாது. எந்த ஆட்சியானாலும் சரி- குடியாட்சி ஆனாலும் சரி, முடியாட்சி ஆனாலும் சரி- மக்களுக்கு நீதி வழங்கும் ஆட்சி நிலைத்து நிற்கும்; பொதுமக்களால் போற்றப்படும், வாழ்த்தப்படும் என்பதுதான் அவ்வுண்மை.

போரின் கொடுமையைப் பண்டைத் தமிழ் மன்னர்கள் நன்றாக- தெளிவாகத் தெரிந்து கொண்டிருந்தனர். ஆதலால் அவர்கள் காரணமின்றிப் போர் புரிய முற்படுவதில்லை. அநீதியை விரட்டவே- அக்கிரமத்தை ஒழிக்கவே- குடிமக்களைப் பாதுகாக்கவே- அறப்போர் புரிந்து வந்தனர்.

இவை போன்ற பல உண்மைகள் இந்நூலில் தக்க உதாரணங்களுடன் - மேற்கோள்களுடன்- எடுத்துக்காட்டப்பட்டிருக்கின்றன. பண்டைத் தமிழ் இலக்கியங்களிலிருந்து திரட்டப் பட்டவைகளே இதில் கூறப்படும் உண்மைகள். பண்டைத் தமிழர்களின் அரசியல் நேர்மையை அறிய இப்புத்தகம் துணை செய்யும் என்பது நிச்சயம்.

சென்னை
1-5-1960

சாமி. சிதம்பரன்

பழந்தமிழர் அரசியல்

அரசியல் உணர்ச்சி

ஆட்சியே அடிப்படை

அரசியலை எவரும் அசட்டை செய்துவிட முடியாது; அதை மறந்துவிடவும் முடியாது. நாட்டின் உயிர் அரசாட்சி தான். நாட்டுக்கு நலம் புரியும் திறமுள்ள அரசியல் வேண்டும். ஒழுங்கான ஆட்சியுள்ள நாடுதான் உயர்ந்து நிற்கும். நல்ல ஆட்சியற்ற நாட்டிலே எந்த நன்மையும் நிலவாது.

மக்கள் நலம் பெறுவதற்கு - முன்னேறுவதற்கு - இன்ப வாழ்க்கை வாழ்வதற்குக் கட்டுப்பாடு வேண்டும்; சட்ட திட்டங்கள் வேண்டும். கட்டுப்பாடுகளையும் சட்ட திட்டங்களையும் கண் காணிக்கும் திறமையுள்ளது அரசாட்சிதான். அரசாட்சிக்கு இத்தகைய திறமையில்லாவிட்டால் அது நேர்மையான ஆட்சியாக நிலைத்து நிற்க முடியாது. மக்கள் முன்னேறுவதற்கான கட்டுப்பாடுகளை விதிப்பதும், சட்ட திட்டங்களைச் செய்வதும் ஆட்சியின் பொறுப்பாகும்; கடமையும் ஆகும்.

அரசாட்சியில்லாத நாடு இருண்டு கிடக்கும்; கதிரவன் அற்ற பகலைப்போல் ஆகும்; நட்சத்திரங்களும், சந்திரனும் இல்லாத இரவைப் போல் ஆகும். இது மட்டுமா? இன்னும் எண்ணிப் பார்த்தால் உயிரற்ற உடம்பைப் போலவும் ஆகும். இவ்வாறு கம்பன் கூறுகின்றான்.

வள்உறு வயிரவாள் அரசுஇல் வையகம்,
நள்உறு கதிர்இலாப் பகலும், நாள்ஒடும்
தெள்உறு மதியிலா இரவும், தேர்தரின்
உள்உறை உயிர்இலா உடலும் ஒக்குமே.

அரசாட்சியற்ற நாட்டிலே உழவுத் தொழில் வளராது; உணவுப் பண்டம் பெருகாது; ஒழுக்கம் நிலவாது; கலைகள் தோன்றமாட்டா. காவியங்கள் பிறக்கமாட்டா. நல்ல ஆட்சி யுள்ள நாட்டிலேதான் இவைகள் எல்லாம் வளர்ச்சியடையும். இந்த உண்மையை வரலாற்றிலே காணலாம்; பழைய இலக்கியங்களின் வாயிலாக அறியலாம்.

எக்காலத்தில் அரசியல் உருவாகியதோ, அக்கால முதல்தான் மக்கள் சமுதாயம் நாகரிக நெறியிலே முன்னேறிச் செல்லத் தொடங்கியது. இது வரலாறு கண்ட உண்மை.

தமிழ் மக்கள் ஆயிரக்கணக்கான ஆண்டுகளுக்கு முன்னரே அரசாட்சியிலே கவலை கொண்டிருந்தனர்; கருத்தூன்றி நின்றனர். இந்த உண்மையைப் பழந்தமிழ் இலக்கியங்கள் நமக்கு நவில் கின்றன. அரசாட்சி யில்லாவிட்டால் நாம் வாழ்க்கை நடத்த முடியாது என்பதே பண்டைத் தமிழர்களின் முடிவான கருத்து.

இந்த உண்மையை ஒரு புறநானூற்றுப் பாட்டு விளக்கமாகக் கூறியிருக்கின்றது.

நெல்லும் உயிர் அன்றே. நீரும் உயிர் அன்றே
மன்னன் உயிர்த்தே மலர்தலை உலகம்
அதனால், யான் உயிர் என்பது அறிகை
வேல்மிக தானை வேந்தற்குக் கடனே

(புறம், 186)

இது மோசிகீரனார் என்னும் புலவர் பாட்டு. பண்டைத் தமிழ் மக்களின் கொள்கையை எடுத்துக்காட்டுவது.

நெல்லும் இவ்வுலக மக்களின் உயிரைக் காப்பாற்றுவது அன்று; தண்ணீரும் இவ்வுலக மக்களின் உயிரைக் காப்பாற்றுவது அன்று; மன்னனைத்தான் இவ்வுலகம் உயிராகக் கொண்டிருக்கின்றது. ஆதலால் ஆளும் அரசன் நான் தான் இவ்வுலகத்துக்கு உயிர் என்பதை மறவாமல் எண்ணிக் கொண்டேயிருக்க வேண்டும்; இதுதான் படைபலம் பொருந்திய அரசனுடைய கடமையாகும்.

நல்ல அரசாட்சி யில்லாவிட்டால் மக்களிடையிலே கட்டுப்பாடும் ஒற்றுமையும் காணப்படமாட்டா. மக்களிடையே ஒற்றுமையும் கட்டுப்பாடும் இல்லாவிட்டால், நாட்டிலே எந்த நல்ல செயல்களும் நடைபெறமாட்டா. உழவுத் தொழில் நடைபெறாது; வீணாகப் போகும் நீரைத் தேக்கி வைத்து அதை வேளாண்மைத் தொழிலுக்குப் பயன்படுத்திக் கொள்ள மாட்டார்கள். நல்ல ஆட்சியிருந்தால்தான் இக்காரியங்கள் நடக்கும். இக்கருத்தைக் கொண்டதுதான் இச்செய்யுள்.

மன்னவனே மக்கள் உயிர்

ஆரம்ப கால அரசு தனிமனிதனுடைய ஆட்சியாகத்தான் இருந்தது. அத்தனி மனிதனைத் தெய்வப் பிறவியாகத்தான் எண்ணினர். அறிவு வன்மையும், உடல் ஆற்றலும், படைபலமும் பெற்றவர்கள் முதலில் அரசர்கள் ஆயினர். அவர்கள் மக்களு டைய துன்பங்களைத் தவிர்த்தனர்; இன்பமுடன் வாழ்வதற்கு வழி செய்தனர். இக்காரணத்தால் அக்கால மக்கள் தங்கள் மன்னனை இறைவனாக எண்ணினர்.

மன்னன் எது செய்தாலும் அதை ஏற்றுக்கொள்ளத்தான் வேண்டும்; மன்னன் மொழிக்கு மறுமொழியே கூடாது. அவன் செய்கை பிடிக்காவிட்டால் வாய் மூடித்தான் வாழவேண்டும். வேந்தனுடைய ஆட்சியை விரும்பாவிட்டால் அந்த நாட்டை விட்டுக் காட்டை நோக்கி வெளியேறிவிட வேண்டும்; மன்னனை எதிர்த்துக் கிளர்ச்சி செய்வது தவறு என்ற கொள்கை நிலவியிருந்த காலம் ஒன்று உண்டு.

அரசன் மகன்தான் அரசாளவேண்டும் என்ற கொள்கையும் வேரூன்றி நின்றது. அரசன் ஆளுவதற்கே பிறந்தவன்; அவன் உரிமையைத் தடுக்கும் அதிகாரம் மக்களுக்கு இல்லை என்ற கொள்கையும் நிலைத்து நின்றது.

தனியதிகாரமும், வழிவழியாக ஆளும் உரிமையும் ஏற்பட்டிருந்த காலத்தில்தான் அரசனே நாட்டுக்கு உயிர் என்று கருதி வந்தனர். உலக மக்கள் உடல், அரசன் உயிர் என்று எண்ணினர். மிகப் பழங்காலத்தில் தோன்றிய கொள்கை இது வாகும். மேலே எடுத்துக்காட்டிய புறநானூற்றுப் பாட்டு இந்த

உண்மையை விளக்குகின்றது. அரசன் உயிர், மக்கள் உடல் என்பதே அந்தச் செய்யுளில் உள்ள அரசியல் கருத்து.

தனியதிகாரம் படைத்த மன்னர்கள் தந்நலம் கருதாமல், மக்கள் நலம் கருதி ஆட்சி புரிந்தவரையிலும், அவர்களுடைய மதிப்பு குறையவில்லை. அவர்களை மக்கள் தங்கள் உயிராகவே மதித்து வந்தனர். வழிவழியாக ஆளும் உரிமை படைத்திருந்த காரணத்தால், திறமையற்ற மன்னர்களும் தோன்றினர்; தந்நலம் கொண்ட வேந்தர்களும் தோன்றினர். இவர்கள் மக்கள் மதிப்பைப் பெறவில்லை. மக்களால் பழிக்கப்பட்டனர்; தூற்றப்பட்டனர். இத்தகைய மன்னர்களை, வேறு மன்னர்களின் துணை கொண்டு ஆட்சியிலிருந்து விரட்டியடித்தனர் மக்கள்.

தனியாட்சிக்கு எதிர்ப்பு

முறைசெய்து காப்பாற்றும் மன்னவன் மக்கட்கு
இறைஎன்று வைக்கப்படும். *(கு. 388)*

நீதிமுறை செய்து, மக்களைத் துன்புறாமல் காக்கும் அரசன்தான், மக்களுக்குத் தலைவன் என்று கொள்ளப்படுவான்.

குடிதழீஇக் கோல்ஓச்சும் மாநில மன்னன்
அடிதழீஇ நிற்கும் உலகு. *(கு. 544)*

குடிமக்களை ஆதரித்து ஆட்சி செய்யும் மன்னவன் அடியைத் தான் உலகம் ஆதரித்து நிற்கும்.

இத்தகைய எண்ணம் மக்களிடையிலே பரவிய பின் மன்னனுடைய தனி அதிகாரம் ஆட்டங் கண்டது. மக்களை மறந்து தந்நலத்திலே மூழ்கிய மன்னர்கள் நாட்டை ஆளத் தகுதியற்றவர்கள் என்று மக்கள் நினைத்தனர்; மன்னனுடைய தனி அதிகாரம் குறையவேண்டும் என்றும் மக்கள் எண்ணினர். மக்களிடையிலே மதிப்பு பெற்ற புலவர்களும், தலைவர்களும் அரசன் தவறு செய்யுங் காலத்தில் தாராளமாகக் கண்டிக்கத் தொடங்கினர்.

நேர்மையாக ஆளும் வேந்தன்தான் ஆளுவதற்குத் தகுதி யுடையவன் ஆவான்; அவன்தான் மக்களின் மதிப்புக்கும், பாராட்டுதலுக்கும் உரியவன் என்ற கொள்கை தோன்றியவுடன் ஒரு பெரிய கொள்கை மாற்றமும் ஏற்பட்டது.

தனி அதிகாரம் படைத்த அரசனால் நேர்மையாக ஆள முடியாது; அறிஞர்களின் துணைகொண்டு ஆளுகின்ற மன்னவனே நல்ல ஆட்சியை நடத்த முடியும்.

அரசன் எவ்வளவு திறமையுள்ளவனாயிருந்தாலும் ஆராய்ச்சியுள்ள அறிஞர்களைத் துணையாகக் கொள்ள வேண்டும்; அவர்கள் கூறும் கருத்தை மதித்து ஆட்சி நடத்த வேண்டும்.

அரசன் தவறு செய்யும் போது, அவனைக் கடிந்து கூறி விலக்கவேண்டும். அவனைத் தவறு செய்யாமல் தடுக்க வேண்டும். இது நாட்டின் நலத்திலே கவலை கொண்ட அறிஞர்கள் கடமை. இத்தகைய அறிஞர்களைத் துணையாகக் கொள்ளாத அரசனுக்கு வேறு பகைவர்களே வேண்டாம்; அவன் தானாகவே அழிந்து போவான்.

இடிப்பாரை இல்லாத ஏமரா மன்னன்
கெடுப்பார் இலானும் கெடும் *(கு. 448)*

என்பது போன்ற கருத்துக்கள் தோன்றின. இக்கருத்துகளைப் பொதுமக்கள் மதித்தனர்.

இத்தகைய கொள்கை மாற்றம் ஏற்பட்ட பின்னும், ஆளும் குடியிலே பிறந்தவன்தான் ஆளவேண்டும் என்னும் கொள்கை மட்டும் மாறவில்லை. ஆனால் மற்றொரு பழைய அரசியல் கருத்துத் தலைகீழாக மாறிவிட்டது.

மக்கள் உயிர்; மன்னன் உடல்

மக்கள் உடல், மன்னன் உயிர் என்ற கொள்கை மாறி விட்டது: மக்கள் உயிர், மன்னன் உடல் என்ற கொள்கை ஏற்பட்டது. இது ஒரு பெரிய தலைகீழ் மாற்றம். இந்த மாற்றத்தைப் பற்றித் திருவள்ளுவர் தெளிவாகக் கூறவில்லை. தனி மனிதன்

ஆட்சியைவிட, அறிஞர்களின் துணைகொண்டு ஆளும் ஆட்சிதான் சிறந்தது என்பதை மட்டும் தெளிவாகக் கூறிவிட்டார்.

அரசனுடைய சர்வாதிகார ஆட்சியைத் தனியாட்சி என்று கூறலாம். அறிஞர்களின் கூட்டுறவுடன் ஆளும் ஆட்சியைத் துணையாட்சி என்று கூறலாம். தனியாட்சியை விடத் துணை யாட்சியே சிறந்தது என்ற கொள்கையைத் தமிழகத்தில் முதலில் பரவச்செய்த பெருமை திரு வள்ளுவர்க்கே உண்டு.

திருவள்ளுவர்க்குப் பின் வந்த புலவர்கள் வள்ளுவர் காட்டிய வழியிலேயே, துணை யாட்சியைப் பற்றியே, பாராட்டிக் கூறத் தொடங்கிவிட்டனர்.

மன்னன் உடல், மக்கள் உயிர் என்ற கொள்கையை முதலில் எடுத்துக்காட்டிய புலவர், சீத்தலைச் சாத்தனார்; மணிமேகலை ஆசிரியர்.

அரசன் தனது ஆட்சியிலே மாறுபடுவானாயின்- அவனது செங்கோல் கொடுங்கோல் ஆகுமானால்- கிரகங்களின் நிலைமை மாறுபடும். கிரகங்களின் நிலை மாறுபடுமானால் மாநிலம் மழையின்றி வறண்டுபோகும்; மழை பொய்க்குமானால் இவ்வுலகத்து உயிர்கள் வாழ முடியாது; இவ்வுலகத்தில் வாழும் உயிர்கள் எல்லாம் அரசனுடைய உயிர் என்று சொல்வதற்குத் தகுதியற்றதாகும்; அரசன் வாழ்ந்தாலும் அவன் உயிரற்ற உடம்பாவான்.

***கோன்நிலை திரிந்திடின் கோள்நிலை திரியும்;
கோள்நிலை திரிந்திடின் மாரிவறம் கூரும்;
மாரி வறங்கூரின் மன்உயிர் இல்லை;
மன்உயிர் எல்லாம் மண் ஆள் வேந்தன்
தன்உயிர் என்னும் தகுதியின் றாகும்.***

(மணிமே, கா. 7; வரி 8-12)

மணிமேகலை ஆசிரியர் காட்டிய இவ்வழியைக் கம்பர் வலியுறுத்திக் கூறுகின்றார். மன்னன் ஆட்சியை விட்டு, மக்கள் ஆட்சிக்கு அடிப்படையிட்ட இக் கொள்கை கம்பர் கருத்தைக்

கவர்ந்தது. ஆதலால் அவர் இதை வலியுறுத்துவதிலே வியப்பில்லை.

தசரதனுடைய ஆட்சியின் பெருமையைப் பற்றிக் கம்பர் பாராட்டிக் கூறுகின்றார். அப்பொழுது மணிமேகலை ஆசிரியரின் கொள்கையைத் தெளிவுபடுத்திக் காட்டுகின்றார்.

தசரதன் வயிரங்கள் பதித்துச் செய்த சிறந்த அணிகலன்களைப் பூண்டவன்; சிங்கம் போன்ற வலிமையை உடையவன்; தனது நாட்டில் உள்ள உயிர்களையெல்லாம் தன்னுயிரைப் போலவே பாதுகாத்து வந்தான். ஆதலால் அவன், குற்றமற்ற இவ்வுலகிலே இறந்தும், இருந்தும் வாழ்கின்ற உயிர்கள் எல்லாம் உறைகின்ற ஓர் உடம்பாக இருந்தான்.

***வயிரவான் பூண்அணி மடங்கல் மொய்ம்பினான்,
உயிர்எலாம் தன் உயிர் ஒப்ப ஓம்பலால்,
செயிர்இலா உலகினில் சென்று நின்றுவாழ்
உயிர்எலாம் உறைவதுஓர் உடம்பும் ஆயினான்.***

(பால. அரசியல். 10)

இச்செய்யுள், அரசன் உடல்; மக்கள் உயிர் என்ற சிறந்த கொள்கையை வலியுறுத்திக் காட்டுகின்றது. மற்றோரிடத்திலே இக்கொள்கையை இன்னும் தெளிவாக உரைக்கின்றார் கம்பர்.

இராமனுக்கு முடிசூட்டத் தீர்மானித்தான் தசரதன். அதன்பின் அவனுக்கு அரசியல் அறிவு புகட்டுமாறு வசிட்டனை வேண்டினான். வசிட்டன் இராமனுக்கு அறவுரைகள் கூறுகின்றான். அவ்விடத்திலும் இக்கருத்து வலியுறுத்தப்படுகின்றது.

இவ்வுலகையே நிலையான உயிராகக் கொள்ள வேண்டும்; அவ்வுயிரைத் தாங்கும் உடம்பு நானே என்று மன்னவன் நினைக்க வேண்டும்; அவ்வாறே மன்னவன் உலக உயிர்களைக் காப்பாற்ற வேண்டும். இத்தகைய மன்னவனை விட்டு, அறநெறி நீங்காது; அவனையே களைகண்ணாகக் கொண்டு நிற்கும். இரக்கம் என்னும் மெய்ந்நெறியிலே

மன்னன் ஒழுகுவானாயின், அவன் வேறு வேள்விகளும் செய்ய வேண்டுமோ?

வையம் மன் உயிராக, அம் மன்னுயிர்
உய்யத் தாங்கும் உடல் அன்ன மன்னனுக்கு
அய்யம் இன்றி அறம் கடவாது; அருள்
மெய்யின் நின்றபின் வேள்வியும் வேண்டுமோ?

(அயோ. மந்தரை. 17)

இச்செய்யுளும், மன்னன் உடம்பாவான், மக்கள் உயிர் ஆவர் என்ற உயர்ந்த கருத்தை வலியுறுத்துவதைக் காணலாம்.

துணை ஆட்சியே சிறந்தது

தனி மனிதனுடைய ஆட்சியிலே தவறு நேர்வது இயற்கை. ஆதலால் பல துறையிலும் தேர்ந்த ஆராய்ச்சியாளர்களின் துணைகொண்டு ஆள்வதே சிறந்த ஆட்சியாக இருக்கும் என்ற கருத்து வள்ளுவர் மூலம் பரவிற்று. இக்கருத்தும் பொது மக்களின் உள்ளத்திலே குடிபுகுந்தது.

இதன்பின் மன்னவன் உயிர், மக்கள் உடல் என்னும் பழங்கருத்து வீழ்ந்தது; மக்கள் உயிர், மன்னன் உடல் என்ற புதுக் கருத்து எழுந்தது.

இதன் பயனாகத் தமிழர் அரசியலில் ஒரு மாறுதல் ஏற்பட்டது. அரசனுக்கு அறிவுரை கூறும் அவைகள் ஏற்பட்டன. பண்டைத் தமிழகத்தின் மன்னர்கள் அறிவுரை கூறும் அவைகளை அமைத்துக் கொண்டனரோ இல்லையோ, அது வேறு செய்தி. அறங்கூறும் அவையோரைக் கொண்ட ஆட்சிதான் சிறந்த ஆட்சி என்ற முடிவு தமிழகத்தில் தோன்றிவிட்டது. இம்முடிவைப் பெரியோர்கள், அறிவுள்ளவர், பொதுமக்கள், அனைவரும் வரவேற்றனர்.

இவ்வுண்மையைச் சிலப்பதிகார ஆசிரியர் நமக்குத் தெளிவாக விளக்கிக் காட்டுகின்றார். மணிமேகலை ஆசிரியரும் கூறுகின்றார். ஐம்பெருங் குழு, எண்பேராயம் என்பவை மணிமேகலையிலும் சிலப்பதிகாரத்திலும் காணப்படுகின்றன.

கூட்டாட்சி முறை

சிலப்பதிகாரம், மணிமேகலைகளுக்கு முற்பட்ட தமிழ் நூல்களில் ஐம்பெருங்குழு, எண்பேராயம் காணப்படவில்லை. புறநானூறு, பதிற்றுப்பத்து முதலிய நூல்களில் அரசியல் பற்றிய கருத்துக்கள் பல காணப்படுகின்றன. அவைகளில், அரசனுக்கு அறிவுரை கூறுவதற்காக இக்குழுக்கள் இருந்தனவென்று கூறப் படவில்லை.

ஐம்பெருங் குழுவையும், எண்பேராயத்தையும் துணையாகக் கொண்ட ஆட்சி, உண்மையான மக்களாட்சிக்கு வழி கோலிற்று என்பதில் ஐயம் இல்லை. ஐம்பெருங் குழு என்பது என்ன? எண்பேராயம் என்பது யாது? என்பவைகளைக் கண்டால் இவ்வுண்மை விளங்கும். ஐம்பெருங் குழுவைப் பற்றியும், எண்பேராயத்தைப் பற்றியும் சிலப்பதிகார உரையாசிரியர் அடியார்க்கு நல்லார் விளக்கமாகக் கூறியுள்ளார்.

அமைச்சர், புரோகிதர், சேனா பதியர்
தவாத்தொழில் தூதுவர், சாரணர் என்றிவர்
பார்த்திபர்க்கு ஐம்பெரும் குழுவெனப் படுமே

என்பது அடியார்க்கு நல்லார் உரையாகும்.

அமைச்சர்கள், புரோகிதர்கள், சேனாபதியர்கள், தூதுவர்கள், சாரணர்கள் (ஒற்றர்கள்) இவர்கள் அரசனுக்கு ஆலோசனை கூறும் ஐம்பெருங் குழுவினர் ஆவர்.

ஆட்சியை நடத்துவதற்கு வழிகாட்டுகின்றவர்கள்- ஆட்சியை நடத்துகின்றவர்கள்- அமைச்சர் ஆவர்.

காலத்தைக் கணக்கிட்டுக் கூறுவோர், இன்ன காலத்திலே இன்ன செயல்களைச் செய்ய வேண்டும் என்று அறிவுறுத்துவோர், பருவ காலங்களையும், அவற்றின் இயல்புகளையும் எண்ணிக் கூறுவோர் புரோகிதர் என்று அழைக்கப்பட்டனர்.

சேனாபதியர், படைத் தலைவர்கள், உள்நாட்டில் அமைதி நிலவுவதற்கும், வெளிநாடுகளுடன் ஒத்த உறவு கொண்டிருப்பதற்கும் துணையாக இருப்பவர்கள் படைத் தலைவர்கள்.

வெளிநாட்டு அரசாங்கத்துடன் ஏதேனும் மாறுபாடு தோன்றினால், அதை மாற்றுவதற்குத் தூதுவர்கள் வேண்டும். நல்ல அரசியல் நுட்பமும், சொல் வன்மையும் உள்ளவர்களே தூதுவர்கள். வெளிநாட்டு உறவுவலுப்பட இத்தகைய தூதுவர்கள் இன்றியமையாதவர்கள்.

சாரணர்கள் என்பவர்கள் ஒற்றர்கள்; இரகசியப் போலீசார் போன்றவர்கள், உள்நாட்டிலும், வெளிநாட்டிலும் நடைபெறும் நிகழ்ச்சிகளை அரசாங்கத்திற்கு அறிவிப்பவர்கள். அரசன் எக்காரியத்தைச் செய்வதாயினும் மேற்காட்டிய ஐவரையும் கலந்தே செய்யவேண்டும். இதற்காகவே இந்த ஐம்பெரும் குழு ஏற்பட்டது.

எண்பேராயம்

கரணத்து இயலவர், கரும காரர்,
கனகச் சுற்றம், கடைகாப் பாளர்,
நகர மாந்தர், நளிபடைத் தலைவர்,
யானை வீரர், இவுளி மறவர்,
இனையர் எண்பே ராயம் என்ப

என்பது அடியார்க்கு நல்லார் காட்டும் எண் வகையினரைக் கொண்ட பெரிய அவையாகும்.

தொழிலாளர்கள், அவர்களுடைய தலைவர்கள் இவர்களுக்குக் கரணத்தியலவர் என்று பெயர்.

அரசாங்க அலுவல்களைச் செய்து வருவோர், அவர்களுடைய தலைவர்கள், இவர்களுக்குக் கருமகாரர் என்று பெயர்.

அரசாங்கத்தின் செல்வத்தைப் பாதுகாப்போர் கனகச் சுற்றமாவர்; இவர்கள் நிதித்துறை உத்தியோகதர்கள். கனகம்-பொன்.

கடை காப்பாளர் என்பவர்கள், அரண்மனையையும், ஏனைய அரசாங்க அலுவல் இடங்களையும் காத்து நிற்போர்; போலீஸ் இலாகா போன்ற துறையினர்.

நகர மக்களின் பிரதிநிதிகளாக இருப்பவர்கள் நகர மாந்தர் ஆவர்.

சேனைத் தலைவர்களுக்குப் படைத் தலைவர்கள் என்று பெயர்.

யானையின் மேல் ஏறி ஊர்ந்து போர் செய்யும் வீரர்களுக்கு யானை வீரர் என்று பெயர்.

குதிரையின் மீதேறிச் செலுத்திப் போர் புரியும் வீரர்களுக்கு இவுளி மறவர் என்று பெயர்.

மேலே கூறிய தொழிலாளர், அரசாங்க அலுவலர், நிதி காப்போர், காவல்காரர்கள், நகர மக்கள், படைத் தலைவர், யானைவீரர், குதிரை வீரர் இவ்வெண்மரும் எண்பேராயம் என்று அழைக்கப்பட்டனர்.

ஐம்பெரும் குழு என்பது சிறிய சபை. அரசனுடைய நிர்வாக சபை; அதாவது செயற்குழுவாகும். மந்திரி சபை என்றும் கூறலாம்.

எண்பேர் ஆயம் என்பது பொதுமக்கள் சபையாகும். நாட்டின் முன்னேற்றத்தில் அக்கரையுள்ள அனைவருடைய பிரதிநிதிகளும் எண்பேர் ஆயம் என்னும் சபையில் உறுப்பினரா யிருந்தனர். இந்த எண்பேர் ஆயம் என்னும் சபையிலே அரசாங்கத்தை நடத்தும் பொறுப்புள்ள ஒவ்வொரு துறையின் பிரதிநிதிகளும் இருந்தனர். மக்களின் பிரதிநிதிகளும் இருந்தனர். மக்களும், ஆட்சியினரும் சேர்ந்தே நாட்டை ஆண்டனர் என்று இதனால் தெரிகின்றது.

ஐம்பெரும் குழு, எண்பேராயம் இவைகளின் ஆலோசனை யின்படி நடைபெறும் அரசு சிறந்த அரசாகத்தான் இருக்கும். அந்த அரசாங்கத்தின் தலைவன், ஆளப்பிறந்த அரச குலத்தைச் சேர்ந்தவனாகவிருந்தாலும் அவன் தன் விருப்பப்படி

எதையும் செய்துவிட முடியாது. மக்களின் கருத்தறிந்துதான் ஆட்சி நடத்த முடியும்.

வளர்ச்சிக்கு வழிகாட்டியது

இன்று மன்னர் ஆட்சிக்கு இடமில்லை; மக்கள் ஆட்சிக்குத் தான் இடம் உண்டு; இந்நாட்டு மக்கள் அனைவருமே மன்னர்கள் என்று கருதுகின்ற காலம் இது.

பண்டைத் தமிழர்களின் அரசியல் கருத்தும் வளர்ச்சியும், இன்றைய மக்களாட்சிக்கு வழிகாட்டியது; இன்றைய மக்களாட்சியை நோக்கி வளர்ந்து வந்திருக்கின்றது. இது வரலாறு கண்ட உண்மை. வளர்ச்சிதான் மனித சமுதாயத்தின் உயிர்நாடி. வளர்ச்சியில்லாத சமுதாயம் வாழ முடியாது. இதற்குப் பழந்தமிழர் வரலாறு ஆதரவளிக்கின்றது.

மன்னன் தன் எண்ணப்படி எதையும் செய்ய உரிமை படைத்தவன்; அவன் எது செய்தாலும் அதற்கு அடங்கி நடப்பதே நமது கடமை என்று மக்கள் நம்பி வந்தனர். இது ஆரம்ப கால அரசியல். இதை மன்னர் ஆட்சிக் காலம் என்று சொல்லலாம்.

இதன் பின்னர், மன்னன் எவ்வளவு அறிவாற்றல் படைத் தவனாயினும், அவன் மற்றவர்களின் எண்ணங்களையும் கேட்டறிந்து நடக்கவேண்டும் என்று எண்ணினர். இத்தகைய மன்னனே செங்கோலரசனாகச் சிறந்து விளங்க முடியும் என்று நம்பினர். வள்ளுவர் வலியுறுத்தும் இத்தகைய ஆட்சியைத் துணையாட்சி என்று கூறலாம்.

இதன்பின், மன்னன் உயிர், மக்கள் உடம்பு என்ற கொள்கை வீழ்ந்தது; மக்கள் உயிர், மன்னன் உடம்பு என்ற கொள்கை பிறந்தது.

இதன்பின், ஐம்பெருங் குழு, எண்பேராயம் என்ற அவையத்தாருடன் இருந்து அரசாளும் மன்னன் ஆட்சியே சிறந்தது என்று கருதினர். இத்தகைய ஆட்சியைக் கூட்டாட்சி என்று கூறலாம்.

மன்னர் ஆட்சி கூடாது, மக்களால் தேர்ந்தெடுக்கப்பட்ட தலைவர்களின் ஆட்சிதான் சிறந்தது என்ற கொள்கையைப் பழந்தமிழ் நூல்களிலே பார்க்க முடியாது.

நல்ல அரசியல்- அரசாட்சி- இல்லாமல், நாடு முன்னேற முடியாது, மக்கள் வாழ முடியாது என்ற பழந்தமிழ் மக்களின் கருத்தே இத்தகைய அரசியல் வளர்ச்சிக்குக் காரணமாகும். பழந்தமிழ் மக்களிடம் குடிகொண்டிருந்த சிறந்த அரசியல் கருத்துக்கள்- அரசியல் கருத்து மாறுதல்கள்- அரசியல் அமைப்பு முறைகள்- இன்றைய மக்களாட்சி முறையை ஏற்றுக்கொள்ளும் அளவுக்கு வளர்ந்து வந்திருக்கின்றன.

முதலில் மன்னர் ஆட்சி, அதன்பின் துணையாட்சி, அதன்பின் கூட்டாட்சி. இந்த மாற்றமே, இன்றைய மக்கள் ஆட்சிக்கு மக்களை இழுத்து வந்தது.

பண்டைத் தமிழ் மக்கள் அரசியலைப் பற்றிக் கவலை கொள்ளாமல் இருக்கவில்லை. நல்ல ஆட்சி அமைய வேண்டும் என்னும் நாட்டமுள்ளவராயிருந்தனர். இந்த நாட்டமே அவர்கள் நாகரிகத்திலே முன்னேறுவதற்கு உதவி செய்தது. நமது இலக்கியங்கள் இவ்வுண்மையை விளக்குகின்றன.

மானும் புலியும் ஒரு துறையிலே தண்ணீர் குடித்தன; பசுவும் புலியும் கூடிக் குலாவின; பண்டை ஆட்சியிலே இத்தகைய நிலை இருந்தன. இக் கலிகாலத்தில் எல்லாம் தலைகீழாக மாறிவிட்டது. பண்டைக் கால இன்ப வாழ்வு இக்காலத்தில் இல்லை. பண்டைக் காலத்தில் தான் நீதியும் நேர்மையும் உள்ள ஆட்சி நடைபெற்றது; இக்காலத்தில் அவ்வாட்சி இல்லை என்று பழம்பெருமை பேசுவோர் உண்டு. மக்கள் அறிவும், வாழ்வும், பண்பும் நாளேற நாளேற வளர்ச்சியடைந்து வருகின்றது என்ற உண்மையை ஒப்புக்கொள்ளாதவர்களே இவ்வாறு கூறுவர். நமது அரசியல் வளர்ச்சி ஒன்றே இவர்கள் கூற்று தவறு என்பதை விளக்கும்.

மக்களுக்காகவே மன்னர்கள்

உயிரினும் ஒழுக்கம் சிறந்தது

உள்ளத்திலே தூய்மையுள்ளவர்கள் ஒருபொழுதும் தீங்கு செய்யத் துணியமாட்டார்கள். உள்ளப்போக்குத்தான் நன்மைக்கும் தீமைக்கும் நடைபாதை. மனம் மாசற்றதாக இருந்தால் செயலும் சிறந்ததாக இருக்கும். உள்ளத்திலே அழுக்குப் படிந் திருந்தால் செயலும் பொல்லாமையை நோக்கித்தான் போகும். மக்களுடைய வாழ்க்கையைச் செம்மையாக நடத்திவைப்பது உள்ளந்தான். மனத்துக்கண் மாசு இலன் ஆதல் அனைத்து அறன் என்ற பொய்யா மொழி, என்றும் பொய்யா மொழியே யாகும்.

ஒருவனுடைய தனிப்பட்ட வாழ்க்கையைப் பற்றிக் கணக்கில் எடுத்துக் கொள்ளக்கூடாது; பொது வாழ்க்கையைப் பற்றித்தான் பேசவேண்டும். தனிப்பட்ட வாழ்க்கை வேறு, பொது வாழ்க்கை வேறு என்று கூறுவோர் சிலர் உண்டு. இது உண்மைக்கு மாறானது; பெரிய மனிதர்களின் குற்றங்களை மறைப்பதற்காகப் போடும் திரைச்சீலைகளில் இது ஒன்று. ஒருவருடைய தனிப்பட்ட தன்மையும், நடத்தையும் பொது வாழ்விலே தலைநீட்டாமல் அடங்கி விடமாட்டா. ஆகையால் தான் உயிரினும் ஒழுக்கம் உயர்ந்தது, சிறந்தது என்று உரைத் தனர். ஒழுக்கம் உள்ளவர்களையே உயர்ந்த மக்களாகக் கருதினர். அறிவுள்ளவர்கள் ஒழுக்கத்தை உறுதியாகப் பின்பற்ற வேண்டும் என்று முன்னோர்கள் மொழிந்தனர்.

பண்டைத் தமிழகத்தில் மக்கள் நன்மைக்காகவே வாழ்ந்த மன்னர்கள் பலர் இருந்தனர். அவர்கள் அனைவரும் தனிப்பட்ட வாழ்விலும் உயர்ந்த பண்பு படைத்தவர்கள்; சிறந்த நடத்தை யுள்ளவர்கள்; அறிவும் ஆற்றலும் அமைந்தவர்கள். இத்தகைய இயல்புள்ள மன்னர்களே

மக்களால் மதித்துப் பாராட்டப் பட்டனர்; இறைவன் என்று எண்ணி எல்லா மக்களாலும் போற்றப்பட்டனர்.

அவர்கள் ஒழுக்கமே உயிர் எனக் கொண்டு வாழ்ந்தனர்; ஆதலால் தந்நலத்திற்கு அடிமைப் படவில்லை. தாங்கள் என்ன நினைத்தாலும், எதைச் செய்தாலும், அதைத் தடுக்க யாரும் இல்லாத தனிச் செல்வாக்கிருந்தும் அவர்கள் தவறு செய்யத் துணியவில்லை. நேர்மையான வழியிலே நிலையாக நின்று தங்கள் கடமைகளைப் புரிந்தனர். இவ்வுண்மையைப் பதிற்றுப் பத்துப் பாட்டு ஒன்றிலே காணலாம்.

மன்னர்களின் ஒழுக்கம்

முன்கோபம் பொல்லாதது. அது, ஆகும் செயல்களை யெல்லாம் அடியோடு அழித்துத் தகர்த்து விடும். சிந்திப்பதற்குச் சிறிதும் இடந்தராது.

கண்ட பொருள்களின் மேல் எல்லாம் ஆசை வைப்பது அழிவுக்கே இடமாகும். காமுற்ற பொருள்களைக் கவர்தற்கு நேர்மையற்ற வழியில் செல்லத் தூண்டுவதாகும்; அது அறநெறியைத் தாண்டி அப்பாற் சென்று மறம் புரிவதற்கு அடிப்படையாகி விடும்.

அளவு கடந்த தாட்சணியம் நீதிமுறையைக் கூட நிலை குலைத்துவிடும். நடுவுநிலையிலே உறுதியாக நடப்பதற்கு முட்டுக்கட்டையாக நிற்பவைகளில் கழி கண்ணோட்டந்தான் முதல் தடை.

அச்சம் உள்ளவர்களால் எச்செயலையும் வெற்றியுடன் செய்து முடிக்க இயலாது, அவர்கள் பகைவர்களால் எளிதிலே அழிக்கப்படுவார்கள்; அடக்கப்படுவார்கள்.

பொய்ச்சொல் நன்மைகளை அழித்துவிடும்; நண்பர்களைப் பக்கத்தில் நெருங்கவொட்டாமல் விரட்டியடிக்கும்; பகைவர்களைப் பெருக்கிவிடும். பழிபாவச் செயல்களுக்கு விதையாக நிற்பது வேண்டாத- வீணான- பொய்யுரைகளேதாம்.

பொருளிலே அளவு கடந்த அன்பு வைத்தல் தவறு. அளவு கடந்த பேராசை அல்லலுக்கு ஊற்று. பேராசை பிடித்தவர்கள் தம் ஆசையை நிறைவேற்றிக் கொள்ள, இன்னது இனியது என்று எண்ணிப் பார்க்காமல் எதையும் துணிந்து செய்வார்கள்.

செல்வத்தையும், செல்வத்தைச் சேகரிப்பதற்குரிய துறை களையும், அழித்துவிடுதல் கூடாது. அழித்து விட்டால், அதனால் நாட்டுக்கே பெருந் தீங்கு நேரும்.

யாரிடத்திலும் கடுமை காட்டக்கூடாது; பகைவர்களும் பாராட்டும்படி நடந்துகொள்ள வேண்டும். தன்கீழ் வாழ்வோர், அறியாமல் குற்றம் புரிந்தால் அவர்களை அச்சுறுத்துவதோடு அமையவேண்டும். அவர்கள் மேல் இரக்கங் காட்டி அவர்களைத் திருத்தி நல்வழிப்படுத்த வேண்டும்.

ஆதலால், சினன், காமம், மிகுந்த கண்ணோட்டம், அச்சம், பொய்ச்சொல், பொருளில் மிகுந்த ஆசை, அழித்தல், கடுமை ஆகிய இவைகளும் இவைபோன்ற குற்றங்களும் கூடா ஒழுக்கம்; இவைகள் அறநெறியிலே நடத்தும் ஆட்சிக்கு முட்டுக் கட்டையாகும் என்று உணர்ந்திருந்தனர்.

ஆகையால் தீமைகளையெல்லாம் வெறுத்துச் சேய்மையிலே விரட்டினார்கள்; நன்மையான செயல்களையே எப்பொழுதும் நாடிச் செய்து நலம் பெற்றனர். கடலிலிருந்தும், காடுகளிலிருந்தும் வாழ்க்கைக்கு வேண்டிய பல செல்வங்களையும் முயன்று பெற்று வாழ்ந்தனர்.

மற்றவர்களை- அமைதியுடன் வாழ்கின்ற பொது மக்களைத் துன்புறுத்த மாட்டார்கள். தமது முயற்சியால் பெறுவதைத் தவிர முயற்சியற்ற வேறு முறையிலே பொருளைக் கொள்ளை கொள்ள மாட்டார்கள்.

குற்றமற்ற சிறந்த அறிவினர்களைத் துணையாகக் கொண்டிருப்பர். அவர்கள் ஆராய்ந்துரைக்கும் சிறந்த நெறியிலே தவறாமல் நடந்து நலம் புரிவார்கள்.

தம்மை விரும்பும் சுற்றத்தாரோடு இருந்து, உள்ளதை அவர்களுக்கும் பகுத்துக் கொடுத்துத் தாமும் உண்பார்கள்.

தமது நாட்டு மக்கள் எல்லாம் நீண்டநாள் நோயின்றி உயிர் வாழ்ந்து இன்புறும்படி நெடுங்காலம் அரசாண்டு வந்தனர். இத்தகைய சிறந்த அறிஞர் குடியிலே பிறந்தவன் நீ.

சினனே, காமம், கழிகண் ணோட்டம்
அச்சம், பொய்ச்சொல், அன்புமிக உடைமை
தெறல், கடுமையொடு பிறவும்இவ் வுலகத்து
அறம்தெரி திகிரிக்கு வழி அடை யாகும்;
தீதுசேண் இகந்து, நன்றுமிகப் புரிந்து;
கடலும், கானமும், பலபயம் உதவப்
பிறர்பிறர் நலியாது, வேற்றுப்பொருள் வெஃகாது;
மையில் அறிவினர் செவ்விதின் நடந்து; தம்
அமர்துணைப் பிரியாது பாத்துஉண்டு; மாக்கள்
மூத்த யாக்கையொடு பிணியின்று கழிய
ஊழி உய்த்த உரவோர் உம்பல்!

(பதிற்று. பா. 22)

இவ்வாறு பல்யானைச் செல்கெழு குட்டுவனைப் பற்றிப் பாலைக் கௌதமனார் என்னும் புலவர் பாடியுள்ளார். இச் செய்யுள் அச்சேர மன்னனும் அவன் முன்னோர்களும் தனிப்பட்ட முறையிலும், பொது வாழ்க்கையிலும் ஒரே விதமான ஒழுக்க நெறியைப் பின்பற்றி வந்தனர் என்பதையே வலியுறுத்தும்.

யானைக்கண்சேய் மாந்தரம் சேரல் இரும்பொறை என்னும் சேரனைப் பற்றிய பாட்டு ஒன்றும், நல்ல மன்னர்களின் நடுநிலையைப் பற்றி எடுத்துரைக்கின்றது. குறுங்கோழியூர் கிழார் என்னும் புலவர் அவனைப் பற்றிப் பாடும் போது அவனுடைய சிறந்த குலப் பெருமையைப் பாராட்டிக் கூறியிருக்கின்றார்.

கொடுமையைக் கடிந்து விரட்டியவர்கள், நல்ல முறையிலே ஆட்சி நடத்தியவர்கள், குடிமக்கள் தாமே மகிழ்ந்து கொடுக்கும் ஆறிலொரு கடமையைப் பெற்று உண்டவர்கள், நடுநிலைமை தவறாமல் ஆட்சி புரிந்தவர்கள் எத்தகைய தடையும் இல்லாமல் இந் நிலமுழுதும் தமது ஆணை செல்லும் படி அரசாட்சி செய்தவர்கள் ஆகிய இத்தகைய சிறந்த மன்னர்களின் குடிப்பெருமையைக் காத்தவனே!

கொடிது கடிந்து, கோல்திருத்திப்
படுவது உண்டு, பகல் ஆற்றி,
இனிது உருண்ட சுடர்நேமி
முழுது ஆண்டோர் வழிகாவல!

(புற நா. 17)

இப்பாடலும் பண்டைத் தமிழ் மன்னர்களின் மனப்பான்மையை விளக்கிக் காட்டுகின்றது.

சோழன் நெய்தலம் கானல் இளஞ்சேட் சென்னி என்பவன் ஒரு சோழ மன்னன். அவனுடைய சிறந்த பண்பை ஊன்பொதி பசுங்குடையார் என்னும் புலவர் பாராட்டிப் பாடியிருக்கின்றார். அவ்வேந்தனுடைய ஆற்றலையும் அறிவையும் பற்றி அப் பாடலிலே காணலாம்.

உனக்கு அடங்கி உன்னை வணங்கி வாழ்வோரை எல்லாம் நீ நன்றாக அறிந்திருக்கின்றாய். எப்பொழுதும் பிறர் மீது குறைகூறுவதையே குணமாகக் கொண்டவர்கள் சிலர் உண்டு. அத்தகையவர்கள் சொல்லும் மொழிகளையெல்லாம் உண்மையென்று கண்மூடித்தனமாக நம்பிவிட மாட்டாய். குற்றம் சாட்டப்பட்டவர்கள் மேல் குற்றம் உண்டா என்பதை நீயே நன்றாக ஆராய்ந்து தெளிவாகத் தெரிந்து கொள்ளுவாய். ஒருவன் உண்மையிலேயே குற்றவாளியாக - கொடுமை செய்தவனாக- இருந்ததைக் கண்டால், நீதி நூல்களை ஆராய்ந்து அவன் செய்த குற்றத்திற்கேற்ற தண்டனை விதிப்பாய்; உனக்குக் கொடுமை செய்தவர்கள், தாமே தம் குற்றத்தை உணர்ந்து உன்னிடம் வந்து தஞ்சம் அடைந்தவர்களானால் அவர்களை நீ தண்டிக்க மாட்டாய். அவர்கள் குற்றம் புரியாத காலத்தில் அவர்களிடம் எத்தகைய அன்பு கொண்டிருந்தாயோ, அதைக் காட்டிலும் மிகுந்த இரக்கங் காட்டி அவர்களை மன்னிப்பாய்.

வழிபடு வோரை வல்அறி தீயே!
பிறர்பழி கூறுவோர் மொழிதே றலையே!
நீமெய் கண்ட தீமை காணின்,
ஒப்ப நாடி, அத் தகவு ஒருத்தி!
வந்துஅடி பொருந்தி முந்தை நிற்பின்,
தண்டமும் தணிதிநீ பண்டையின் பெரிதே.

(புற நா. 10)

இச்செய்யுள் மன்னனுடைய சிறந்த அறிவை விளக்கிற்று: நீதிமுறை செய்யும் திறனைக் காட்டிற்று; பகைவர்க்கும் மன்னிப்பருளும் சிறந்த பண்பையும் குறித்தது.

பத்துப்பாட்டிலே உள்ள பெரும்பாணாற்றுப்படை என்பது இளந்திரையன் என்னும் தொண்டை வேந்தன் மேல் பாடப்பட்டது. அவன் காஞ்சியிலிருந்து தொண்டை மண்டலத்தை ஆண்ட மன்னன். அவன்மீது பெரும்பாண் ஆற்றுப்படையைப் பாடியவர் கடியலூர் உருத்திரங் கண்ணானார் என்னும் புலவர். அவர் அவ் வேந்தன் பண்பைப் பற்றிக் கூறியிருப்பது குறிப்பிடத்தக்கது.

மறம் வளர- அதர்மம் தலையெடுக்கப் பார்த்துக் கொண்டிருக்க மாட்டான். அறமற்றதை முளையிலேயே கிள்ளி யெறிந்துவிடுவான். அறத்திற்கே என்றும் துணையாக நிற்பான். அறம் புரிவதற்கே அவனது செங்கோல் என்றும் உதவி செய்யும். இத்தகைய சிறந்த பண்புள்ள கூர்மையான வேற்படையை உடைய திரையன்.

அல்லது கடிந்த அறம்புரி செங்கோல்
பல்வேல் திரையன். *(பத்து. பெரும். 36-37)*

இவ்வாறு திரையன் பண்பைக் கூறிய புலவர், மேலும் அவனுடைய பெருமையைப் பாராட்டுகின்றார்:

நீதிமுறைகளை வேண்டி வந்தோர் யாராயினும், தங்கள் குறையைத் தீர்த்துக் கொள்ள விரும்பி வந்தோர் யாராயினும், அவர்களை வரவேற்பான்; இன் சொற் கூறுவான்; அவர்கள் வேண்டுகின்றவைகளை வேண்டியபடியே கொடுப்பான்; நடு நிலையிலேயிருந்து உண்மையைக் கண்டறியும் குற்றமற்ற நுண்ணறிவு படைத்தவன். வறியோர்க்கும் புலவர்களுக்கும் செல்வத்தை வாரி வழங்குகின்றவன். அவன் ஒருபொழுதும் சோர்வடையமாட்டான்; எப்பொழுதும் ஊக்கத்துடன் இருக்கும் உள்ளம் படைத்தவன். அவனைச் சுற்றிக் கொடுமை செய்யாத நல்ல அமைச்சர்கள் இருப்பார்கள்; சான்றோர்கள், நண்பர்கள், உறவினர்கள் இருப்பார்கள்.

**முறை வேண்டுநர்க்கும், குறை வேண்டுநர்க்கும்,
வேண்டுப வேண்டுப வேண்டினர்க்கு அருளி.
இடைதெரிந்து உணரும் இருள்தீர் காட்சிக்
கொடைக்கடன் இறுத்த கூம்பா உள்ளத்து
உரும்புஇல் சுற்றமொடு இருந்தோன்.**

(பத்து. பெரும். 443- 447)

மேலே காட்டியவைகளைக் கொண்டு பண்டைக் காலத் தமிழ் மன்னர்களின் பண்பைக் காணலாம். சிறந்த அறிவும், உயர்ந்த ஒழுக்கமும், ஆழ்ந்த சிந்தனையும் உள்ள வேந்தர்களே, மக்கள் போற்றும் மன்னர்களாக வாழ்ந்தனர்; மக்களுக்கு நலம் புரியும் மன்னர்களாக இருந்தனர்; அவர்களுடைய தனிப்பட்ட பண்பும், ஒழுக்கமும், அறிவுமே அவர்களைச் செங்கோல் வேந்தர்களாகச் சிறந்து வாழும்படி செய்தது. இவ்வுண்மையைப் பதிற்றுப்பத்து, புறநானூறு, பத்துப்பாட்டு ஆகிய நூல்களிலே கண்டோம்.

தந்நலமற்ற மன்னர்கள்

பழந்தமிழ் வேந்தர்களிலே பலர், குடிகளைப் புரப்பதே தம் கடன் என்று கருதியிருந்தனர். குடிகள் நன்மையின் பொருட்டு எதையும் செய்யத் துணிந்து நின்றனர். இதற்கான சான்றுகள் பல உண்டு. அவற்றுள் தலைசிறந்து நிற்கும் புறநானூற்றுப் பாடல் ஒன்றுண்டு. அப்பாடல் தலையாலங் கானத்துச் செருவென்ற நெடுஞ்செழியன் என்னும் பாண்டிய மன்னனாலேயே பாடப் பட்டது. பண்டைத் தமிழ் வேந்தர்களின் ஆட்சிப் பெருமைக்கு அப்பாடல் ஒரு தூண்டா விளக்காகத் துலங்குகின்றது.

என்னையும், எனது நாட்டையும், குடிமக்களையும் இகழ்ந்து பேசிய அந்தப் பகையரசர்களை நான் சும்மா விட மாட்டேன். கொடிய போர்க்களத்திலே அவர்கள் படை அழியும்படி தாக்குவேன். அவர்களுடைய வெற்றி முரசையும், அவர்களையும் பிடித்துக் கொண்டு வருவேன். அப்படிச் செய்யாமல் விடுவேனாயின் என்னுடைய குடை நிழலிலே வாழும் குடிமக்கள் தாங்கள் சென்று வாழ்வதற்குரிய வேறு நிழலைக் காணாமல் வருந்தி எமது அரசன் கொடுங்கோலன்

என்று கண்ணீர் விட்டுக் கதறி என்னைத் தூற்றும்படியான கொடுங்கோலன் ஆவேன்.

***சிறுசொல் சொல்லிய சினம்கெழு வேந்தரை
அரும்சமம் சிதையத் தாக்கி, முரசமொடு
ஒருங்கு அகப்படேன் ஆயின், பொருந்திய
என்நிழல் வாழ்நர்; செல்நிழல் காணாது
கொடியன்எம் இறை எனக் கண்ணீர் பரப்பிக்
குடிபழி தூற்றும் கோலேன் ஆகுக.***

(புறநா. 72)

இதே கருத்தைச் சிலப்பதிகாரத்திலும் காணலாம். செங் குட்டுவன் கண்ணகிக்குக் கல் கொண்டுவர வடநாட்டிற்குப் புறப் படுகின்றான். அப்பொழுது அவன், என்னை இகழ்ந்த வடதிசை மன்னர்களின் தலையிலே கண்ணகி சிலை செய்வதற்கான கல்லைச் சுமத்திக் கொண்டு வருவேன். அப்படிச் செய்யாமல் என்னுடைய வாட்படை சும்மா திரும்புமாயின், நான் ஒரு அரசன் அல்லன். வீரக் கழலையணிந்து போர்க்கோலம் கொண்ட பகைவேந்தர்களை நடுங்கச் செய்யாமல், பல நன்மை களையும் தரும் இவ்வுலகிலே, குடிமக்களை நடுங்கச் செய்யும் கொடுங்கோல் வேந்தனாவேன் என்று சூளுரைக்கிறான்.

***வடதிசை மருங்கின் மன்னர் முடித்தலைக்,
கடவுள் எழுத. ஓர் கற்கொண்டு அல்லது
வறிது மீளும்என் வாய்வாள் ஆகின்,
செறிகழல் புனைந்த செருவெம் கோலத்துப்
பகைஅரசு நடுங்காது, பயம்கெழு வைப்பில்
குடிநடுக் குறூஉம் கோலேன் ஆகுஎன.***

(சிலம்பு. கால்கோள்.)

மேலே காட்டிய புறநானூறு, சிலப்பதிகாரம் இந்த இரண்டாலும் மன்னர்களின்- பண்டைத் தமிழ் வேந்தர்களின்- கொள்கை, குறிக்கோள் இன்னதென்பதைக் கண்டோம்.

புலவர் பாராட்டை விரும்பிய வேந்தர்கள்

பண்டைத் தமிழ் மன்னர்களின் மற்றொரு கொள்கை அவர்களுடைய சிறப்பை எடுத்துக்காட்டும். அவர்கள் அறிஞர்களின் பாராட்டுதலைப் பெறுவதில் பெரிதும் ஆர்வம் காட்டினர். அக்காலத்திலே பொதுமக்களிடையிலே புலவர்களுக்கு நல்ல மதிப்பிருந்தது. அவர்கள் மன்னர்களிடமும் மதிப்புப் பெற்றிருந்தனர். ஆதலால்தான் மன்னர்கள் புலவர்களின் பாராட்டைப் பெற விரும்பினர்.

புலவர்களால் பாராட்டிப் பாடப்பட்ட மன்னர்களையே மக்கள் உயர்ந்த பண்புள்ள வேந்தர்களாகக் கொண்டாடினர். அக்காலப் புலவர்கள், எல்லா மன்னர்களையும் பாராட்டிப் பாடல் எழுதிவிடமாட்டார்கள். ஒழுக்கமுள்ள மன்னர்களைத் தான் மதித்துப் பாடுவார்கள். செங்கோல் முறை செய்யும் மன்னர்களைத்தான் சிறப்பித்துப் பாடுவார்கள். ஆகையால் அக்கால மன்னர்கள் புலவர்களின் பாராட்டைப் பெறுவதையே முதன்மையாகக் கருதினர்.

புலவர்களின் பாராட்டைப் பெறவேண்டுமாயின் குடி மக்களுக்குக் கொடுமை புரியாமல் நீதியுடன் ஆட்சி புரிய வேண்டும். ஆதலால் மன்னர்களின் இந்த மனப்பான்மையும் அவர்களுடைய ஆட்சியின் சிறப்பை விளக்குவதாகும். இவ் வுண்மையை மேலே காட்டிய பாண்டியன் தலையாலங் கானத்துச் செருவென்ற நெடுஞ்செழியன் பாடலின் மற்றொரு பகுதியில் காணலாம்.

ஓங்கிய சிறப்பின் உயர்ந்த கேள்வி
மாங்குடி மருதன் தலைவனாக,
உலகமொடு நிலைஇய பலர்புகழ் சிறப்பின்
புலவர் பாடாது வரைகஎன் நிலவரை.

இவ்வரிகள் பண்டைத் தமிழ் மன்னர்களின் உள்ளத்தில் குடி கொண்டிருந்த உறுதியை எடுத்துரைப்பன. நான் பகையரசர்களை வெற்றிகொள்ளாவிட்டால், கொடுங்கோலனாவது மட்டும் அன்றி, மற்றொரு பெரும்பழிக்கும் ஆளாகுவேன். உயர்ந்த தலைமையும், பெரிய நூற்கேள்வியையும் உடைய மாங்குடிமருதன் என்பவனைத் தலைவனாகக் கொண்ட, உலகம்

உள்ளவரையிலும் நிலைத்து நிற்கும் பலரும் புகழும் பெருமை யுள்ள, புலவர்களால் எனது நாடு பாராட்டிப் பாடப்படாமல் ஒழிக என்பதே இவ்வரிகளின் பொருள்.

புலவர்கள் பாராட்டும்படி அரசு செய்யும் நாடே சிறந்த நாடு என்று பண்டைத் தமிழ் வேந்தர்கள் எண்ணினர். இந்த உண்மையை இவ்வரிகள் எடுத்துக்காட்டின.

பண்டைத் தமிழ் மன்னர்களிலே பலர் அறநெறியைப் பின்பற்றி நடந்தனர். மக்களைக் காப்பதே தங்கள் கடமையெனக் கருதியிருந்தனர். குடிமக்களின் பாராட்டைப் பெற வேண்டுமே யன்றி அவர்களுடைய பழிப்பைப் பெறக் கூடாது என்பதிலே கண்ணுங் கருத்துமாயிருந்தனர். தங்கள் நாட்டைப் பற்றிப் புலவர்கள் புகழ்ந்து பாடவேண்டும் என்று ஆவல் கொண்டிருந் தனர். மன்னர்களுக்குத் தனியாட்சி உரிமை இருந்த காலத்திலும் அவர்கள் செங்கோல் மன்னர்களாகச் சிறந்து வாழ்ந்ததற்குக் காரணம் அவர்களுடைய உயர்ந்த குணமும், சிறந்த உள்ளமுந்தான். இவ்வுண்மையை மேலே காட்டியவற்றைக் கொண்டு அறியலாம்.

புலவர்களின் பாராட்டைப் பெறக்கூடிய ஒரு நாட்டின் சிறப்பென்ன? அந்நாடு எந்நிலையிலிருக்கும்? அந்நாட்டின் ஆட்சியும், அவ்வாட்சியின் தலைவனும் எப்படி இருப்பான்? என்பவைகளை ஒரு சிறந்த செய்யுளால் காணலாம். நேர்மையாகச் செங்கோல் முறையில் ஆட்சி செலுத்திய நாட்டை அப்பாடல் அப்படியே படம் பிடித்துக் காட்டுகின்றது.

பிசிராந்தையார் என்பவர் ஒரு சிறந்த புலவர். பெரிய அரசியல் அறிஞர். அவருடைய பாடல்களிலே பல உயர்ந்த உண்மைகளைக் காணலாம். அவர் நீண்டகாலம் நோய் நொடி யின்றி உயிர்வாழ்ந்த புலவர். அவரைப் பற்றித் தமிழ்நாட்டினர் பலர் பல காலமாக அறிந்திருந்தனர். அவருடைய பெயரைக் கேள்விப்பட்டிருந்தவர்களிலே பலர், அவர் நரைத்த கிழவரா யிருப்பார் என்று நம்பியிருந்தனர். இப்படி எண்ணியிருந்தவர் களிலே சிலர், ஒரு நாள் அவரை நேரே பார்த்து விட்டனர். அப்பொழுது அவர் நரை திரையில்லாமல் இளைஞர் போல் தோற்றம் அளிப்பதைக் கண்டு வியந்தனர். வயது பலவாகியும்

நரையில்லாமலிருப்பதற்கு என்ன காரணம் என்று புலவரையே கேட்டுவிட்டனர். அப்பொழுது அவர் விடையளிப்பதாக அமைந்திருக்கின்றது அச் செய்யுள்.

“வயது பலவாகியும் இன்னும் உமது மயிர் நரைக்க வில்லையே, இந்நிலை எப்படி உண்டாயிற்று? என்று கேட்பீர் களானால், உண்மையை உரைக்கின்றேன் கேளுங்கள். சிறந்த என் மனைவியும், மக்களும் கல்வியும் அறிவும் நிரம்பியவர்கள். ஆதலால் எனக்குக் குடும்பக் கவலையில்லை. என்னிடம் வேலை பார்க்கும் இளைஞர்கள் என்னுடைய குறிப்பறிந்து நடப்பவர்கள். அதாவது எனக்கும் என்னிடம் வேலை செய்வோர்க்கும் கருத்து வேற்றுமை ஏற்பட்டு அதனால் நான் செய்யும் தொழில் தடைபடுவதேயில்லை. இவைகளுக்கெல்லாம் காரணம் எனது நாட்டு அரசன் ஒரு பொழுதும் அநீதி செய்யவே மாட்டான்; நேர்மையாக நாட்டைக் காத்து வருகின்றான். அன்றியும் நான் வாழும் நாட்டிலே, நான் வாழும் ஊரிலே பல அறிஞர்கள் உண்டு. அவர்கள் எல்லாவற்றையும் அறிந்தவர்கள்: செருக்கின்றி அடங்கிய அறிவுள்ளவர்கள். புலன் அடக்கமும் உள்ளவர்கள். ஆதலால்தான் நான் நரையில்லாமல் வாழ்கின்றேன். என் குடும்பம் அமைதியாக இருக்கின்றது. எனது நாடு நல்ல அரசாட்சி பெற்று உயர்ந்திருக்கிறது. ஆதலால்தான் நான் என்றும் மகிழ்ச்சியுடன் வாழ்கின்றேன். கவலையற்ற இளைஞனைப் போல் காணப்படுகின்றேன்.

யாண்டுபல ஆக நரையில ஆகுதல்
யாங்கு ஆகியர்என வினவுதிர் ஆயின்,
மாண்டஎன் மனைவியொடு மக்களும் நிரம்பினர்:
யான்கண் டனையர்என் இளைஞரும்; வேந்தனும்
அல்லவை செய்யான் காக்கும்; அதன் தலை
ஆன்று அவிந்து அடங்கிய கொள்கைச்
சான்றோர் பலர்யான் வாழும் ஊரே.

(புறநா. 191)

இந்தப் பாட்டைப் படிக்கும்போது நமக்கு வியப்புண்டாகின்றது. இப்படி ஒரு நாடு பண்டைத் தமிழகத்தில் இருந்ததா என்று எண்ணத் தோன்றுகின்றது.

இருந்ததோ இல்லையோ, அதைப்பற்றி நாம் துருவித் துருவி ஆராய்ந்து மண்டையை உடைத்துக் கொள்ள வேண்டாம். இப்படி ஒரு நாடு இருந்தால் அது இன்பங் கொழிக்கும் நாடாகத்தான் இருக்கும் என்பதில் ஐயமில்லை.

இந்தப் பாட்டு தனியாட்சி உரிமை படைத்த மன்னர்கள் ஆண்ட காலத்திலே எழுந்த பாட்டு. இதைத்தான் நாம் எண்ணிப் பார்க்க வேண்டும். பண்டைத் தமிழ் மன்னர்கள் எல்லா மக்களும் கல்வி கற்றிருக்க வேண்டும். வேலைக்காரர்களும் தலைவர்களும் ஒத்து வாழ வேண்டும். அறிவும் அடக்கமும் ஒழுக்கமும் பொருந்திய சான்றோர்களின் அறிவுரைப்படி ஆட்சி நடைபெற வேண்டும் என்று நினைத்தார்கள். இதற்காக முயன்றார்கள் என்பதற்கு இப்பாடலே சான்றாகும். பண்டைத் தமிழரசர்களிலே சிறந்த மன்னர்கள் பலர் இருந்தனர் என்பதற்கு இப் பாடலும் ஒரு எடுத்துக்காட்டு.

இதனாலும் மக்கள் வாழ்வுக்கும், நாட்டின் நன்மைக்கும் அரசாட்சியே அடிப்படை என்பதைக் காணலாம். தனியாட்சி முறை வெற்றியுடன் நடைபெற்றதற்கு அவ்வாட்சித் தலைவர் களின் அரிய பண்புகளே காரணம்; அருங்குணங்களே அப் பழுக்கற்ற நடத்தைக்கு அடிப்படை என்ற உண்மையையும் உணரலாம்.

சில மன்னர்கள் இவ்வாறு சிறந்த பண்புள்ளவராயிருந்தனர் என்பதைக் கொண்டு, தனிப்பட்டவர்களிடமே அதிகாரம் இருக்கவேண்டும் என்று முடிவுகட்டி விடக் கூடாது. அதிகாரச் செருக்கால் தீமை செய்தவர்கள்- செய்கின்றவர்கள்- பலர் உண்டு. பண்டை மன்னர்களிலும் சிலர் இருந்தனர். இவ்வுண்மையைப் பின்னர்க் காணலாம்.

அறநெறி காத்த அரசர்கள்

பண்டைத் தமிழ் மன்னர்களிலே பலர் அறநெறி தவறாமல் அரசாண்டு வந்தனர். இதை விளக்கும் சான்றுகள் பல பழந்தமிழ் நூல்களில் காணப்படுகின்றன. தமிழ் மன்னர்கள் தங்களிடம் வந்து குறைகளைத் தெரிவித்துக் கொள்ளும் குடிமக்களின் மனம் மகிழ்ச்சியடையும்படி நலம் புரிந்தனர்; மாறுபட்ட இருவர், தங்களுக்கு முறை செய்யும்படி வேண்டினால் நடுநிலையிலே நின்று அவர்களுக்கு நீதி வழங்கிவந்தனர்.

அக்காலத்திலே நீதி மன்றங்கள் இருந்தன. அவற்றில் அறிஞர்கள் அறம் கூறும் நீதிபதிகளாக அமர்ந்திருந்தனர். இந்த நீதிபதிகள் வாயிலாகவும் மக்களுக்கு நீதி வழங்கி வந்தனர். சில சமயங்களில் மன்னர்கள் தாமேயும், குடிமக்கள் கொண்டுவரும் வழக்குகளை நேரே ஆராய்வர்; வழக்கிட்டோர் மனக்குறை யின்றி - ஒப்புக்கொள்ளும்படி- முடிவு கூறுவர்.

நீதி மன்றம்

நீதி மன்றத்தை அறங்கூறு அவையம் என்று கூறுகின்றது பத்துப்பாட்டு. நீதிபதிகளின் நேர்மை, அவர்கள் நீதி வழங்கும் முறை இவைகளைத் தெளிவாக அதிலே காணலாம்.

பத்துப்பாட்டிலே உள்ள மதுரைக்காஞ்சி மாங்குடி மருதனாரால் பாடப்பட்டது. பாண்டியன் நெடுஞ்செழியன் அப் பாட்டின் தலைவன். அதிலே நீதிமன்றத்தைப் பற்றிக் கூறப்படும் பகுதி நமக்கு வியப்பைத் தருகின்றது. அத்தகைய நீதிபதிகள், நீதிமுறை நீதிமன்றம் இக்காலத்தில் இருக்கின்றனவா என்ற ஐயம் பிறக்கின்றது.

பயம், துன்பம், ஆசை இவைகளை நீக்கியவர்கள்; ஒரு பக்கத்தாரிடம் சினமும், மற்றொரு பக்கத்தாரிடம்

மகிழ்ச்சியும் காட்டாதவர்கள்; தம்மை நடுநிலையிலேயே நிறுத்திக் கொண்ட வர்கள்; துலாக் கோலைப் போல் நடுநிலையிலேயே நிற்பவர்கள்; சிறந்த ஒழுக்கம் உள்ளவர்கள்; இத்தகைய்யவர்கள் நீதிபதிகளாக அமர்ந்திருந்து நீதி வழங்கும் அறம் கூறும் அவையம்.

அச்சமும், அவலமும், ஆர்வமும் நீக்கிச்
செற்றமும், உவகையும் செய்யாது காத்து,
ஞெமன்கோல் அன்ன செம்மைத்து ஆகிச்
சிறந்த கொள்கை அறம்கூறு அவையமும்.

(மதுரைக்காஞ்சி, 489-492)

நீதிபதிகளின் நேர்மையை மாங்குடி மருதனார் எவ்வளவு அழகாகச் சித்திரிக்கிறார் என்பது எண்ணத்தக்கது. நீதிபதிகள் உண்மையைக் கண்டறிந்து நீதி வழங்குவதில் அஞ்சக் கூடாது. பெருங் குற்றத்திற்குக் கடுதண்டனை விதிக்கும் நிலை ஏற்படும் போதும், துன்புறக் கூடாது. அவர்கள் பேராசை பிடித்தவர்களாக இருக்கக் கூடாது; போதும் என்ற மனம் படைத்தவர்களா யிருத்தல் வேண்டும்; அளவு கடந்த ஆசையுள்ள நீதிபதிகள் தங்கள் ஆசையை நிறைவேற்றிக் கொள்ளும் பொருட்டு அறத்தை அழிக்கவும் செய்வார்கள். இக்கருத்தை அச்சமும் அவலமும், ஆர்வமும் நீக்கி என்ற ஒரே வரியில் தீட்டியிருக்கின்றார்.

வழக்கிடுவோரில் ஒருவர் உறவினராயிருக்கலாம்; அல்லது நண்பராயிருக்கலாம்; மற்றொருவர் தமக்கோ, தம் குடும்பத்திற்கோ பகைவராயிருக்கலாம்; நீதிபதியாக இருப்பவர்கள் இவற்றைச் சிறிதும் மனத்தில் எண்ணாமல் மறந்து விடவேண்டும். இருவரையும் சமமாகக் கருதி நீதி வழங்க வேண்டும். செற்றமும் உவகையும் செய்யாது காத்து என்ற வரி இவ்வுண்மையை உணர்த்துகின்றது.

ஒழுக்கம் உள்ளவர்களே நீதிபதிக்குத் தகுதியுள்ளவர்கள். ஒழுக்கம் அற்றவர்களால் நீதி நிலைகுலையும். ஒரு நாட்டில் உள்ள குடிமக்கள் அனைவரையும் அரசாங்கம் ஒத்த நிலையிலேயே கருதவேண்டும்; ஒத்த நீதியே வழங்க வேண்டும். சாதிக்கொரு சட்டம், மதத்துக்கொரு சட்டம், சாதிக்கு ஏற்ற வாறு நீதி, மதத்திற்கேற்றவாறு நீதி என்று

வழங்கும் முறை அறத்தை அடிப்படையாகக் கொண்டிருக்க முடியாது. மக்கள் அனைவரையும் மக்களாகவே மதித்து நீதி வழங்குவதே சிறந்த தாகும். மக்களாட்சி என்று சொல்லுகின்ற இக்காலத்திலும் இம்முறை ஏற்படவில்லை.

நீதி வழங்கும் முறை

பண்டைக் காலத்தில் நீதி வழங்கிய முறைக்கும், இக் காலத்தில் நீதி வழங்கும் முறைக்கும் ஒரு பெரிய வேற்றுமை உண்டு. இந்த வேற்றுமை மிகவும் குறிப்பிடத்தக்கதொரு வேற்றுமை.

பண்டைக் காலத்தில், உண்மையான குற்றவாளியைக் கண்டறிந்து தண்டனை வழங்கினர். குற்றமற்றவர்களுக்குத் துன்பம் உண்டானால் பாதுகாத்தனர். சாட்சியளிப்போரைக் கொண்டு மட்டும் ஒரு வழக்கிலே தீர்ப்பளிக்க மாட்டார்கள். நீதிபதிகளும் தங்கள் நுண்ணறிவைக் கொண்டு குற்றம் யார் பக்கத்தில் என்பதைக் கண்டறிவார்கள். மாறுவேடம் பூண்டு சென்று கூட குற்றவாளிகள் யார்? குற்றம் அற்றவர்கள் யார்? என்பதைத் தெரிந்து கொண்டு நீதி வழங்குவார்கள். பொய்க்கரி புகல்வோன் ஒரு மரத்தடியில் நின்றால் அம் மரம் பட்டுப் போகும், அவன் குடும்பம் பாழாகும், அவன் செல்வம் பாழாகும், அவன் மீளா நரகுக்கு ஆளாவான் என்றெல்லாம் பொய்க்கரி கூறுவோரைப் பற்றிப் பண்டை நூல்களில் கூறப்பட்டிருக் கின்றன. ஆதலால் தெய்வ நம்பிக்கையுள்ளவர்கள் பொய்க்கரி புகல அஞ்சினர். ஆயினும், தந்நலம் காரணமாகப் பொய்க்கரி புகல்வோர் சிலரும் இருந்திருக்கத்தான் வேண்டும். பொய்ச் சாட்சி சொல்வோர் அடையும் நிலையைப் பற்றிக் கூறியிருப் பதைக் கொண்டே அத்தகையோரும் இருந்தனர் என்று எண்ண இடந் தருகின்றது. ஆகையால், நீதிபதிகள், முழுவதும் சாட்சிகளையே நம்பித் தீர்ப்புக் கூறாமல் உண்மையைக் கண்டறிய முயன்றனர். மதுரைக் காஞ்சியில் கூறிய தகுதியுள்ள நீதிபதிகளால்தான் துலாக்கோல் போல் நின்று நீதி வழங்க முடியும்.

இக்காலத்தில் உள்ள நீதிமுறை முன்காலத்து நீதி முறைகளுக்கு முரணானது. உண்மையின்மேல் நீதி வழங்க முடியாது; சட்டத்தின் மேல்தான் நீதி வழங்க முடியும்.

இக்காலச் சட்டப்படி, உண்மையான கொலையாளி தப்பித்துக் கொள்ள முடியும்; ஒரு பாவமும் அறியாத அப்பாவி கொலையாளியாகித் தூக்குத் தண்டனை பெறமுடியும். கொலை செய்ததை நேரே கண்டதாகச் சாட்சிகள் - சாட்சியங்கள்- இல்லாவிட்டால் கொலையாளி விடுதலை பெற்றுவிடுவான். குற்றமற்ற ஒருவனைப்பற்றி, இவன் தான் கொலை செய்தான்; அதை நாங்கள் கண்ணால் கண்டோம் என்று கூறும் சாட்சிகள் இருந்தால்- அதற்கான சாட்சியங்கள் இருந்தால்- அவன் கொலையாளியாகி விடுவான். நீதிபதிக்கு, யார் குற்றவாளி, யார் குற்றமற்றவர் என்று தெரிந்தாலும் கூட அவர் தன் மனச் சாட்சியின்படி நீதி வழங்க முடியாது. சட்டத்தின் நெறியைப் பற்றியே நீதி வழங்க வேண்டும். சட்டம் சாட்சிகளையும், சாட்சியங்களையும் அடிப்படையாகக் கொண்டதாகும்.

சுருக்கமாகக் கூறினால், பண்டைக் காலத்தில் உண்மையின் படி நீதி வழங்கப்பட்டது; இக்காலத்தில் சட்டத்தின்படி நீதி வழங்கப்படுகின்றது. பண்டைக் காலத்தில் உண்மையை மறைத்து விட முடியாது; இக்காலத்தில் உண்மையை மறைத்து விட முடியும். இதனால் இக்காலத்தில் சட்டங்களும் நீதிகளும், வலுத்தவர்களுக்கே பெரும்பாலும் துணை செய்யக்கூடியனவா யிருக்கின்றன; இளைத்தவர்களுக்கு நேர்மையும், நீதியும் கிடைப்பது அவ்வளவு எளிதாக இல்லை. இதுதான் பழங்கால நீதிமுறைக்கும், இன்றுள்ள நீதிமுறைக்கும் உள்ள தலைகீழ் வேற்றுமை.

கரிகால் சோழன்

நேர்மையாக நீதி வழங்கிய மன்னர்களிலே கரிகாற் சோழன் சிறப்பாகப் பாராட்டப்படுகின்றான். அவன் இளம் பருவத்திலேயே நுண்ணறிவு படைத்தவனாயிருந்தான். வழக்குகளின் உண்மையை உணர்ந்து முடிவு கூறுவதில் ஒப்பற்றவனாயிருந்தான்.

பத்துப்பாட்டுள் ஒன்றான பொருநர் ஆற்றுப்படை என்பது கரிகாலன் மீது பாடப்பட்டது. அதைப் பாடிய ஆசிரியர் முடத்தாமக்கண்ணியார். இவர் அவனைப் பற்றிய வரலாற்று நிகழ்ச்சி ஒன்றை எடுத்துக்காட்டியிருக்கின்றார்;

கரிகாற் சோழன் அரசாட்சி செய்த காலத்தில் இரண்டு முதியவர்களுக்குள் ஏதோ வழக்கு ஏற்பட்டது. அவ்வழக்கை அவர்களால் பேசித் தீர்த்துக் கொள்ள முடியவில்லை. கரிகாலனிடம் வழக்கைக் கூறி நீதி பெறலாம் என்று நினைத்து அவனிடம் அணுகினர். தோற்றத்திலே அவன் இளைஞனாயிருப்பதைக் கண்டனர். ஆதலால் இந்த இளைஞனால் நமது வழக்கை ஆராய்ந்து, உண்மையைக் கண்டறிந்து உரைக்க முடியுமோ என்று ஐயுற்றனர். அவர்களின் ஐயத்தைக் குறிப்பால் அறிந்தான் கரிகாலன். அவர்களுடைய வழக்கை அறநூல் அறிந்த முதிர்ந்த நீதிபதி ஒருவரிடம் மாற்றுவதாக உரைத்தான். அவர்களும் மகிழ்ச்சியோடு இசைந்தனர். பின்னர், அவனே, நரை முடியும் தாடியும் தரித்தவனாய் நீதிமன்றத்திலே வந்து அமர்ந்தான். முதியோர்கள் உரைத்த வழக்கைக் கேட்டான். இருவரும் ஒப்புக்கொள்ளும்படி நீதி வழங்கினான். இதனை,

முதியோர், அவைபுகு பொழுதில், தம்
பகைமுரண் செலவும் *(188)*

என்ற பொருநர் ஆற்றுப்படை அடியினால் அறியலாம். இந்த வரலாற்றைப் பழமொழிப் பாட்டு ஒன்று தெளிவாகக் கூறுகின்றது.

நாம் சொல்வதைக் கேட்டறிந்து நமது வழக்கிலே முடிவு கூறுவதற்கு அறியாதவன், அனுபவம் இல்லாத இளமைப் பருவம் உள்ளவன் என்று இவ்வாறு ஐயுற்ற முதியவர்கள் மகிழும்படி நரைத்த தாடி மீசைகளை வைத்துக் கொண்டு நீதிபதியாக வந்து உட்கார்ந்தான். அம் முதியவர்களின் சொற்களைக் கேட்டான். உண்மையை உணர்ந்து அவர்கள் வழக்கிலே முடிவு கூறினான். அம்முடிவைக் கேட்டு அவர்கள் உவப்படைந் தனர். ஆதலால் குலவித்தை கற்றுக்கொள்ளாமலே நன்றாக வந்துவிடும்.

உரைமுடிவு காணான் இளமையோன், என்ற
நரைமுது மக்கள் உவப்ப, - நரைமுடித்துச்
சொல்லால் முறை செய்தான் சோழன்; குலவிச்சை
கல்லாமல் பாகம் படும். *(பழ. 21)*

இப் பழமொழிப் பாட்டும், பத்துப்பாட்டில் கண்ட வரலாற்று நிகழ்ச்சியை உறுதிப்படுத்துகின்றது. பண்டைத் தமிழரசர்களின் நீதிக்கு இது ஒரு எடுத்துக்காட்டு. தமிழரசர்கள், தாமே நீதிபதியாக இருந்து வழக்குகளைக் கேட்டு அறநெறிப்படி முடிவு கூறினர் என்பதற்கும் இது ஒரு உதாரணம்.

நீதிக்குக் காலக்கெடுவில்லை

மற்றொரு சோழ மன்னன் வரலாறு பழமொழி, சிலப்பதிகாரம், பெரிய புராணம் முதலிய நூல்களில் காணப்படுகின்றது. பெரியபுராணம் இவனை மனுநீதி கண்ட சோழன் என்ற பெயரால் சுட்டுகின்றது. பழமொழியிலோ சிலப்பதிகாரத்திலோ பெயர் குறிக்கப்படவில்லை.

சோழன் மகன் ஒருவன், பசுங்கன்று ஒன்றின் மேல் தன் தேரை ஊர்ந்து கொன்று விட்டான். இந்நிகழ்ச்சியை அரசனுக்குத் தெரியாமல் அறிஞர்கள் - அமைச்சர்கள் மறைத்து விட்டனர். நீண்ட நாட்களுக்குப் பின்னர் இந் நிகழ்ச்சியை அறிந்தான் அரசன். உடனே, பல்லாண்டுகளுக்கு முன்னே பசுங்கன்றைக் கொன்ற தன் மகன்மேல் தானும் தன்னுடைய தேரை ஊர்ந்து கொன்றான். ஆதலால், நீதிமுறை செய்வதற்கு நீண்டகாலம், குறுகிய காலம் என்ற காலக்கெடு இல்லை.

சால மறைத்துஓம்பிச் சான்றவர் கைகரப்பக்,
காலை கழிந்ததன் பின்றையும், - மேலைக்
கறவைக்கன்று ஊர்ந்தானைத் தந்தையும் ஊர்ந்தான்;
முறைமைக்கு மூப்பு இளமை, இல். *(பழ. 93)*

பழமொழியிலே குறிக்கப்பட்ட இவ்வரலாறு சிலப்பதி காரத்திலே வேறுவிதமாகக் கூறப்படுகின்றது.

சோழன் மகன் பசுவின் கன்றைப் பாராமல் தேர்ச் சக்கரத்தால் அரைத்துக் கொன்று விட்டான். உடனே அரசனுடைய அரண்மனை வாசலிலே கட்டியிருந்த ஆராய்ச்சி மணி அடித்தது. அரசன் வெளியே வந்து பார்த்தான். கன்றை யிழந்த பசு கண்ணீர் சிந்திக் கொண்டு நின்றது. அது அவன் உள்ளத்தைச் சுட்டது. நடந்த நிகழ்ச்சியை அறிந்தான். உடனே

தன் மகனைத் தேராழி யால் கொன்று, அப் பசுவைப் போல் தானும் கண்ணீர் சிந்தினான் என்பது சிலப்பதிகாரம். அதனை,

வாயில் கடைமணி நடுநா நடுங்க
ஆவின் கடைமணி உகுநீர் நெஞ்சுசுடத், தான்தன்
அரும்பெறல் புதல்வனை, ஆழியின் மடித்தோன்,
பெரும்பெயர்ப் புகார் என் பதியே.

(சிலப். வழக்குரை. 53- 56)

இவ்வரலாறு பழமொழியின் வரலாற்றுக்கு மாறுபட்டது. இச் சிலப்பதிகார வரலாற்றை அடிப்படையாகக் கொண்டு தான் பெரியபுராணக் கதை பிறந்திருக்கின்றது.

பழமொழியிலும் சிலப்பதிகாரத்திலும் பசுங்கன்றுக்காக மகனைக் கொன்ற சோழன் பெயர் சொல்லப்படவில்லை. பெரியபுராணம், சோழனுக்கு மனுநீதிகண்ட சோழன் என்றும், அவன் மகனுக்கு வீதிவிடங்கன் என்று பெயர் வைத்து விடு கின்றது. சிலப்பதிகாரம் இந்த நிகழ்ச்சி சோழர் தலைநகரான காவிரிப்பூம்பட்டினத்தில் நடந்ததாகக் கூறுகின்றது. பெரிய புராணம் திருவாரூரில் நடந்தாகச் சொல்லுகின்றது.

பழமொழியில் கூறும் நிகழ்ச்சியே இயற்கையாகவும் உண்மை போலவும் காணப்படுகின்றது. இந்நிகழ்ச்சி பத்துப் பாட்டு எட்டுத்தொகை போன்ற சங்க நூல்களில் காணப் படவில்லை. எப்படியாயினும் இந்நிகழ்ச்சியும், தமிழ் மன்னர் களின் நீதிமுறைக்குச் சிறந்ததோர் உதாரணமாகும்.

சிபிச் சோழன்

ஒரு புறாவைக் காப்பாற்றுவதற்காகத் தன் உயிரைக் கொடுத்தவன் சிபிச் சக்கரவர்த்தி என்பவன். இவன் சூரிய குல வேந்தனாக - இராமனுடைய முன்னோருள் ஒருவனாக- இராமாயணத்தில் குறிக்கப்படுகின்றான். இவனைச் சோழ மன்னன் என்று புறநானூற்றுப் பாடல்களில் சொல்லப்படுகின்றது. புறநானூற்றுப் பாடல் ஒன்று இவனுடைய வரலாற்றைச் சுருக்கமாகக் குறிப்பிடுகின்றது.

முனிவர்கள் உலக மக்களின் துன்பம் தீரத் தவம் புரிகின்றவர்கள்; அவர்கள் சுடுகின்ற சூரிய வெப்பத்தைத் தாங்கி நின்று, காற்றையே உணவாகக் கொண்டு தவம் புரிகின்றவர்கள். ஒளியுடன் சூழ்ந்திருக்கின்ற விளங்குகின்ற சடையை உடை யவர்கள். அத்தகைய முனிவர்களும், வியப்பால் திகைப்படையும் படி தியாகம் செய்தவன் சிபிச் சோழன். குறிய நடையை உடைய புறா ஒன்று, வளைந்த சிறகையும், கூர்மையான நகங்களையும் உடைய ஒரு பருந்தின் பாய்ச்சலைக் கண்டு அஞ்சிற்று; அதனிடம் பிடிபடாமல் தப்பித்துக் கொள்ளும் பொருட்டு, சிபிச் சோழனைச் சரணம் அடைந்தது. அவன், அப்புறாவின் மரணத்திற்கு அஞ்சினான்; அதைக் காக்கத் துணிவு கொண்டான். உடனே, அப் பருந்தின் விருப்பப்படி, அந்தப் புறாவின் எடையளவுள்ள சதையை அதற்கு உணவாகக் கொடுக்கச் சம்மதித்தான். தன் எடையும், அப் புறாவின் எடையும் ஒன்றாயிருந்ததால், தானே துலாத் தட்டில் ஏறி நின்றான். தன் உடலையே அந்தப் பருந்துக்குக் கொடுத்து, அப் புறாவின் உயிரைக்காத்தான் என்பது புறநானூற்றுப் பாடலில் காணும் கதை. இது, தாமப்பல் கண்ணனார் என்னும் புலவரால் சோழன் நலங்கிள்ளியின் தம்பி மாவளத்தானை நோக்கிப் பாடப்பட்ட பாட்டு.

நிலமிசை வாழ்நர் அலமரல் தீரத்
தெறுகதிர்க் கனலி வெம்மை தாங்கிக்
கால் உணவாகச் சுடரொடு கொட்கும்
அவிர்சடை முனிவரும் மருளக், கொடும்சிறைக்
கூர்உகிர்ப் பருந்தின், ஏறுகுதித்து ஒரீஇத்
தன்அகம் புக்க குறுநடைப் புறவின்
தபுதி அஞ்சிச் சீரை புக்க
வரையா ஈகை உரவோன் மருக. *(புறநா. 43)*

இதுவே மேலே குறித்த சிபிச் சோழன் கதையை விளக்கும் பாடல்.

புள்உறு புன் கண் தீர்த்த வெள் வேல்
சினம்கெழு தானைச் செம்பியன் மருக

என்பது புறநானூற்றின் 37- வது பாடல். மாறோக்கத்து நப்பசலை யார் பாடியது.

புறவின் அல்லல் சொல்லிய, கறைஅடி
யானை வால்மருப்பு எறிந்த வெண்கடைக்
கோல்நிறை துலா அம்புக்கோன் மருக

என்பது புறநானூற்று 39- வது பாட்டு. இதுவும் மாறோக்கத்து நப்பசலையார் பாட்டு.

நீயே, புறவின் அல்லல் அன்றியும், பிறவும்
இடுக்கண் பலவும் விடுத்தோன் மருகனை

என்பது புறநானூற்று 46- வது பாட்டு. குளமுற்றுத்துத் துஞ்சிய கிள்ளி வளவனை நோக்கிக் கோவூர் கிழார் பாடியது.

இந்தச் சிபிச் சோழன் கதையும், பழங்கால மன்னர்களின் நீதிமுறைக்கு எடுத்துக்காட்டு: அவர்கள் தியாகச் செயலை விளக்கி நிற்பது.

பொற்கைப் பாண்டியன்

பாண்டிய மன்னன் ஒருவன்; தன்னுயிர் போல் மன்னுயிர் களைப் புரப்பவன்; குடிகள் எவரும் குறையுறாமல் வாழ வேண்டும் என்பதே அவனுடைய குறிக்கோள். அவனுடைய தலைநகரத்தில் கீரந்தை என்ற அந்தணன் ஒருவன் வாழ்ந்தான். அவன் ஒரு நாள் கங்கையாடப் புறப்பட்டான். அவன் மனைவி என்னைத் தனியாக விட்டுச் சென்றால் யார் பாதுகாப்பர் என்றாள்.

அரசன் காப்பான் அஞ்சாதே என்று உரைத்தான் அவன். இதை நகர சோதனை செய்ய வந்த அரசன் காதிலே கேட்டான். அன்று முதல் நாள்தோறும் அவ் வீட்டைப் பாதுகாத்து வந்தான் பாண்டியன்.

ஒருநாள் இரவில் அவ்வீட்டினுள் ஆண் குரல் ஒன்று கேட்டது. உடனே அரசன் கதவைக் கையால் தட்டினான். கங்கையாடச் சென்றிருந்த அந்தணன் அன்று தான் திரும்பி வந்திருந்தான். அவன் கதவு தட்டப்பட்ட ஓசையைக் கேட்டு, யார் அது? என்று உரத்துக் கேட்டான். உடனே, கங்கையாடச் சென்ற கீரந்தை திரும்பி வந்துவிட்டான்; அவன்தான் தன் மனைவியுடன் உரையாடிக் கொண்டிருக்கிறான் என்பதை

உணர்ந்தான் மன்னன். அந்த வீட்டின் கதவைத் தட்டியது போலவே அவ் வரிசையில் இருந்த ஏனைய வேதியர்கள் வீட்டுக் கதவுகளையும் தட்டிவிட்டு அரண்மனைக்குப் போய்விட்டான்.

மறுநாள் கூடிய அரச சபையிலே இச்செய்தி அரசனுக்கு அறிவிக்கப்பட்டது. அரசன் இத்தகைய தீங்கு செய்தவனுக்கு என்ன தண்டனை கொடுக்கலாம் என்று மறையவர்களைக் கேட்டான். அவர்கள், அவன் கையை வெட்டிவிட வேண்டும் என்றனர். அப்பொழுதே அரசன் தன் உடைவாளை உருவினான்; தன் கையைத் தானே குறைத்தான். அதைக் கண்டு அனைவரும் வியந்தனர். பிறகு அந்தணர்கள் வேள்வி ஒன்று இயற்றினர். அதனால் குறைக்கப்பட்ட அவன் கை பொன்கையாக வளர்ந்தது என்பது பொதுவாக வழங்கும் கதை.

பண்டைத் தமிழ் மன்னர்கள் தமது குடி மக்கள் எந்தக் குறையும் எய்தாமல் காத்து வந்தனர் என்பதற்கே இக்கதை பிறந்தது. இதைப் பற்றியும், பத்துப்பாட்டு, எட்டுத்தொகை முதலிய சங்க நூல்களில் காணப்படவில்லை. பழமொழியிலும், சிலப்பதிகாரத்திலும், ஒரு தனிப்பாடலிலுமே இக்கதை காணப் படுகின்றது.

நீதிமுறை செய்யும் எனக்கு இச் செயல் தகுந்தது அன்று என்பதை நினைத்தான்; வேறொரு சாட்சி யில்லாவிட்டாலும் தனக்குத்தானே சாட்சியாக நின்றான்; தன் தவற்றைத் தானே உணர்ந்து தன் கையைத் தானே வெட்டிக் கொண்டான். இவ்வாறு செய்தவன் ஒரு பாண்டியன். ஆதலால் நல்லோர்கள், பிறர் காணமாட்டார்கள் என்று நினைத்துத் தீமை செய்ய மாட்டார்கள்.

எனக்குத் தகவு அன்றால் என்பதே நோக்கித்
தனக்குக் கரிஆவான் தானாய்த், - தவற்றை
நினைத்துத்தன் கைகுறைத்தான் தென்னவனும்; காணார்
எனச் செய்யார், மாணா வினை

(பழ. 102)

இதுவே பொற்கைப் பாண்டியன் கதைக்கு ஆதரவான பழமொழிப் பாட்டு.

வறுமையிலே வாழ்ந்த கீரந்தை என்பவனுடைய மனைவியின் வீட்டின் கதவை ஒரு நாள் பாண்டியன் தட்டினான்; உள்ளேயிருந்த அந்தணன், கதவைத் தட்டுவது யார் என்று தன் மனைவியிடம் ஐயத்துடன் கேட்டான். அவள் அரசனுடைய பாதுகாவலைத் தவிர, வேறு குற்றமற்ற பாதுகாவல் இல்லை என்று கூறினீர். பாதுகாப்பற்ற மனையிலே என்னைத் தனித்திருக்க விட்டுச் சென்றீர். அதன்படியே இன்று அந்த அரசாகிய வேலியே பாதுகாத்தது; பாதுகாக்காதோ? என்று கூறினாள்.

இதை அரசன் காதில் கேட்டான். காய்ச்சிய ஆணி போல் இச்சொல் அவன் நெஞ்சிலே புகுந்தது. புகையோடு கூடிய துன்பத் தீ மூண்டு அவன் உள்ளத்தைச் சுட்டது. வேதியன் தன் மனைவியிடம் ஐயம் கொள்ளும் படி செய்து விட்டோமோ என்று அஞ்சி நடுங்கினான். உடனே வச்சிராயுதத்தைக் கையிலே யுடைய தேவேந்திரனது கிரீடத்தில் உள்ள ஒளி பொருந்திய வளையத்தை உடைத்த வலிமை பொருந்திய தன் கையைத் தானே வெட்டிக் கொண்டான். இத்தகைய செங்கோலையும், குறையாத வெற்றியையும் உடைய இறைவன் என்பது சிலப்பதிகாரம். இதனை,

உதவா வாழ்க்கைக் கீரந்தை மனைவி
புதவக் கதவம் புடைத்தனன் ஒருநாள்;
அரைச வேலி அல்லது, யாவதும்
புரைதீர் வேலி இல், என மொழிந்து
மன்றத்து இருத்திச் சென்றீர்; அவ்வழி
இன்று அவ் வேலி காவாதோ? எனச்
செவிச்சூட்டு ஆணியில் புகைச்சுழல் பொத்தி
நெஞ்சம் சுடுதலின் அஞ்சி நடுக்குற்று,
வச்சிரத் தடக்கை அமரர் கோமான்
உச்சிப் பொன்முடி ஒளிவளை உடைத்தக்கை
குறைத்த செங்கோல் குறையாக் கொற்றத்து இறை,

(சிலப். கட்டுரை. 42-53)

இச் சிலப்பதிகாரக் கதைக்கும், மேலே எடுத்துக்காட்டிய வழக்கத்தில் உள்ள கதைக்கும் சிறிது வேறுபாடு காணப்படுகின் றது. பழமொழிப் பாட்டில் உள்ள நிகழ்ச்சியும், சிலப்பதிகாரம் கூறும் நிகழ்ச்சியும் ஒன்றாகவே காணப்படுகின்றன.

கொற்கையான் மாறன் குலசேகர வழுதி
பொற்கையான் ஆனகதை போதாதோ?

என்று ஒரு தனிப்பாடல் காணப்படுகின்றது.

கையரிந்தான் மாறன் கதவு இடித்த குற்றத்தால்

என்பது இரங்கேச வெண்பா. இவ்வாறு இப் பொற்கைப் பாண்டியன் வரலாறு இன்னும் பல பாடல்களில் பாராட்டப்படுகின்றது.

மேலே காட்டிய கரிகாலன் வரலாறு, மனுநீதி கண்ட சோழன் வரலாறு, சிபிச் சோழன் வரலாறு, பொற்கைப் பாண்டியன் வரலாறு இவைகள் எல்லாம் உண்மையா? வரலாற்று நிகழ்ச்சியா? என்று ஆராய வேண்டியதில்லை. வரலாறோ, புனைந்துரையோ, எப்படியோ ஆகட்டும். பழந்தமிழ் வேந்தர்கள் குடிமக்களின் குறைகளைப் போக்குவதிலே- அவர்களுக்கு நடுநிலையிலே நின்று நீதி வழங்குவதிலே- கருத்தூன்றி யிருந்தனர். இவ்வுண்மையை விளக்குவதற்கு இக்கதைகள் உதவுகின்றன.

பழந்தமிழ் வேந்தர்கள் நீதிமன்றங்களின் வாயிலாகவும் மக்கள் வழக்குகளைத் தீர்த்தனர். தாமேயும் நேரே வழக்குகளைக் கேட்டறிந்து முடிவு கூறினர். தங்கள் குடி மக்களின் குறைகளைக் கேட்டறிந்து- கண்டுணர்ந்து- அவைகளை நீக்கினர். இவ்வுண்மைகளைப் பழந்தமிழ் இலக்கியங்கள் நமக்குக் கூறுகின்றன.

மண்ணாசை கொண்ட மன்னர்கள்

நாடு பிடிக்கும் ஆசை

ஆசைகளிலே மூன்றை முதன்மையாகக் கூறுவர். அவை மண்ணாசை, பொன்னாசை, பெண்ணாசை என்பன. நீதி நிலவிய பழங்காலத்திலும் பல மன்னர்கள் இந்த ஆசைகளுக்கு ஆளாகித்தான் இருந்தார்கள். மண்ணாசை அதாவது நாடு பிடிக்கும் ஆசை ஒன்றிருந்தால் போதும்; ஏனைய இரண்டு ஆசைகளும் அதைத் தொடர்ந்து வளர்ந்து வந்து கொண்டே யிருக்கும்.

போதும் என்ற மனம் அரசர்க்கு ஆக்கம் தராது; தனது நாட்டை அகலப்படுத்த வேண்டும் என்ற ஆசை வேண்டும்; இவ்வாசையுள்ள மன்னனே குன்றாத புகழுடன் குறையற்று வாழ்வான் என்பது பழையநீதி. தமிழ் மன்னர்களிலே பலர் இந்த நீதிக்கு விலக்கானவர்கள் அல்லர். இதற்குத் தமிழ்நாட்டு முடியுடை மூவேந்தர்களின் வரலாறே போதுமானதாகும்.

சேரர், சோழர், பாண்டியர் மூவரும் படைப்புக் காலந்தொட்டு வாழும் பழந்தமிழ்க் குடியினர் என்பது தமிழர் கொள்கை. மூவரும் தமிழர்கள். ஒரே மொழியினர்; ஒரே நாட்டினர்; ஒரே பண்பாட்டை யுடையவர்கள். இவர்கள் மூவரும் ஒன்றுபட்டு வாழ்ந்த காலம் மிகவும் குறைவு. பெரும்பாலும் பலகாலம் ஒருவரோடு ஒருவர் போர் புரிந்து கொண்டு தான் இருந்திருக்கின்றனர். இதற்குக் காரணம் மண்ணாசை, பொன்னாசை, புகழ் ஆசையைத் தவிர வேறில்லை.

அதிகாரச் செருக்கு ஆரையும் விடாது. அதிகாரத்தை விட்டுக் கொடுக்க விரும்புகின்ற மக்கள் மனிதத் தன்மையினின்றும் மேம்பட்டவர்கள். தனியதிகார உரிமை படைத்தவர்கள். தாழ்மையுடன் நடந்துகொள்ள விரும்ப மாட்டார்கள். மற்றவர்களுடன் ஒற்றுமையுடன் ஒன்றுபட்டு வாழக் கூட அவர்கள் மனம் துணியாது. அனைவர்க்கும் தலைவராய்

ஆணை செலுத்தவே விரும்புவர். தாம் சொல்பவைகளுக் கெல்லாம் மற்றவர்கள் தலை வணங்க வேண்டும் என்றே நினைப்பார்கள். தனி அதிகார வெறி ஆசைக்கோர் அளவில்லை என்ற இடத்தில்தான் வீற்றிருக்கச் செய்யும். தனியதிகார வெறியைத்தான் ஏகாதிபத்திய வெறி என்று இக்காலத்தினர் இயம்புவர்.

தொல்காப்பியம் கூறுவது

பழந்தமிழ் நூலாகிய தொல்காப்பியத்திலே புறத் திணையைப் பற்றிக் கூறும் பகுதியினால் நாம் பல உண்மைகளைக் காணலாம். சிறப்பாக, அதில் கூறப்படும் போர் முறை தற்பாதுகாப்புப் போராகவே காணப்படுகின்றது. ஆயினும் தமிழகத்தில் மண்ணாசை கொண்டு போர் செய்த மன்னர்கள் இருந்தனர். தம் வலிமையைக் காட்டிப் புகழ் பெற விரும்பிப் போர் புரிந்த மன்னர்களும் இருந்தனர். இந்த உண்மையையும் தொல்காப்பியம் மறைக்கவில்லை.

வஞ்சி தானே முல்லையது புறனே;
எஞ்சா மண்ணசை வேந்தனை, வேந்தன்
அஞ்சுதகத் தலைசென்று அடல் குறித் தன்றே.

(தொல். பொருள். புறத்திணை இயல்- 6)

வஞ்சித்திணை என்பது முல்லைத்திணையென்னும் அகத்திணையோடு தொடர்புள்ளது; அடங்காத மண்ணாசை கொண்டு நாடு பிடிப்பதற்காகப் படையெடுத்து வந்த அரசனை எதிர்ப்பது; நீதிநெறியைக் கருதும் வேந்தன் வலிந்து படை யெடுத்து வந்த மன்னன் அஞ்சும்படி படைதிரட்டிச் சென்று போர் செய்வதாகும்.

இச் சூத்திரம் மண்ணாசை கொண்டு போர் தொடுத்த மன்னர்கள் தமிழகத்தில் இருந்தனர் என்பதற்குச் சான்று.

தும்பை தானே நெய்தலது புறனே;
மைந்து பொருளாக வந்த வேந்தனைச்
சென்றுதலை அழிக்கும் சிறப்பிற்று என்ப.

(தொல். பொ. புறத்திணை. 12)

தும்பை என்பது நெய்தல் திணை என்னும் அகத்திணை யோடு தொடர்புள்ளது; தனது வல்லமையை உலகம் புகழ வேண்டும் என்னும் கருத்தைக் கொண்டு வலிந்து போர் செய்ய வந்த அரசனை எதிர்த்துச் சென்று போர் செய்து அழிப்பதாகும். இத்தகைய சிறப்புள்ளதே தும்பைத் திணையாகும்.

இச்சூத்திரம், தமது வீரத்தை வெளியிடுவதற்காகவே போர் புரிந்த மன்னர்களும் தமிழகத்தில் இருந்தனர் என்ற உண்மையை உரைத்தது.

பண்டைத் தமிழகத்து மன்னர்களிடையிலே அறநெறியும், மக்கட் பண்பும் நிறைந்திருந்தன. அவர்கள் சிறந்த செங்கோலர் களாக வாழ்ந்தனர். இது உண்மை. ஆயினும், தனியதிகார வெறி காரணமாகப் பல அரசர்கள் அறநெறியைச் சிதைக்க அஞ்ச வில்லை. இதற்கான எடுத்துக்காட்டுக்கள் சிலவற்றைக் காண்போம்.

அண்ணன் தம்பிச் சண்டை

சோழன் நலங்கிள்ளியும், சோழன் நெடுங்கிள்ளியும் ஒரு குலத்தினர்; ஒரு குடியினர்; அண்ணன் தம்பி முறையினர். நலங்கிள்ளி காவிரிப்பூம்பட்டினத்தைத் தலைநகராகக் கொண்ட சோழ மன்னன்; நெடுங்கிள்ளி உறையூரைத் தலைநகராகக் கொண்ட சோழ அரசன். இவர்கள் இருவரும் அடிக்கடி சண்டை போட்டுக் கொண்டிருந்தனர். இவர்களில் நலங்கிள்ளி தான் வலிந்து போர் செய்தவனாகக் காணப்படுகின்றான்.

புறநானூற்றில் உள்ள 44, 45 ஆகிய பாடல்கள் இவ் வுண்மையை உரைக்கின்றன. நெடுங்கிள்ளி ஆவூர்க் கோட்டை யுள்ளிருந்த போது நலங்கிள்ளி அக் கோட்டையை முற்றுகை யிட்டான். நெடுங்கிள்ளி கோட்டைக் கதவைத் திறக்காமல் உள்ளேயே பதுங்கியிருந்தான். அப்பொழுது கோவூர்கிழார் என்னும் புலவர் நெடுங்கிள்ளியிடம் சென்றார். கோட்டைக் கதவு அடைபட்டிருப்பதனால், கோட்டைக்குள்ளிருக்கும் மக்கள் வறுமையால் வாடுவதை அவனுக்கு எடுத்துக்காட்டினார். அறநெறியில் நடப்பதானால் கோட்டைக் கதவைத் திறந்துவிடு. நலங்கிள்ளியிடம் இக் கோட்டை உனது என்று சொல்லிவிடு; வீரனானால்

நலங்கிள்ளியை எதிர்த்துப் போர் செய் என்று அறிவுரை கூறினார். இச்செய்தியைப் புறநானூற்றின் 44- வது பாடலிலே காணலாம்.

மற்றொரு சமயம் நெடுங்கிள்ளி, உறையூர்க் கோட்டைக் குள்ளிருந்த போது, நலங்கிள்ளி அக் கோட்டையை முற்றுகையிட்டான். அப்பொழுதும் நெடுங்கிள்ளி கோட்டைக் கதவைத் திறக்கவில்லை. இப்படியே பல நாட்கள் கழிந்தன. கோட்டைக்குள் வாழ்ந்த மக்கள் வறுமையால் வாடினர். இந்த அண்ணன் தம்பிச் சண்டையால் சோழ நாட்டு மக்கள் அடைந்த துன்பத்திற்கு அளவில்லை. அப்பொழுதும் கோவூர் கிழார் தோன்றி இரண்டு சகோதரர்களையும் சமாதானம் ஆகும்படி செய்தார்.

உன்னுடன் போர் செய்கின்றவன் பனம்பூ மாலையைத் தரித்த சேரன் அல்லன்; வேப்பம்பூ மாலையைத் தரித்த பாண்டியனும் அல்லன்; உன்னுடைய மாலையும் ஆத்திப் பூவால் கட்டப்பட்டது; உன்னுடன் எதிர்நின்று போர் செய்கின்றவன் மாலையும் ஆத்திப் பூவால் கட்டப்பட்டது. உங்களில் யார் தோற்றாலும் தோற்பது சோழர் குடிதான்; சோழன் தோற்றான் என்றுதான் சொல்லுவார்கள். போரில் இருவரும் வெற்றி யடைவது என்பது இயற்கையன்று. ஆதலால் உங்கள் செய்கை உங்கள் குடிப் பெருமைக்கு ஏற்றது அன்று. நீங்கள் செய்யும் இச் சண்டை உங்கள் போன்ற மன்னர்களுக்குத் தான் மகிழ்ச்சியைத் தரும்.

இவ்வாறு கோவூர்கிழார் இரு மன்னர்களையும் பார்த்துக் கூறினார். பிறகு இருவரும் போரைக் கைவிட்டனர்; இச் செய்தி புறநூனூற்றின் 45- வது செய்யுளில் காணப்படுகின்றது. அச் செய்யுள் கீழ் வருவது:

இரும்பனை வெண்தோடு மலைந்தோன் அல்லன்;
கருஞ்சினை வேம்பின் தெரியலோன் அல்லன்;
நின்ன கண்ணியும் ஆர்மிடைந் தன்றே; நின்னொடு
பொருவோன் கண்ணியும் ஆர்மிடைந் தன்றே;
ஒருவீர் தோற்பினும் தோற்பது உம் குடியே
இருவீர் வேறல் இயற்கையும் அன்றே; அதனால்
குடிப்பொருள் அன்றுநும் செய்தி; கொடித்தேர்

நும்மோர் அன்ன வேந்தற்கு
மெய்ம்மலி உவகை செய்யும் இவ் விகலே.

இவ்வாறு ஒரு குடியிலே பிறந்தவர்கள் பகைத்தெழுந்து போர் புரியத் தொடங்கியதற்குக் காரணம் மண்ணாசையைத் தவிர வேறில்லை; தனியதிகார வெறியைத் தவிர வேறில்லை.

மற்றொரு வரலாறு அனைவரும் அறிந்தது. குமணனும் இளங்குமணனும் உடன்பிறந்தவர்கள்; அண்ணன் தம்பிகள். மண்ணாசையும் பொன்னாசையும் இளங்குமணனை ஆட்டி வைத்தன. உடன்பிறந்த உறவுக்கு உலை வைத்தன.

புறநானூற்றில் உள்ள 165- வது பாடலும் அதன் அடிக் குறிப்பும் இவ்வுண்மையைத் தெளிவாக விளக்குகின்றன.

பெருந்தலைச் சாத்தனார் என்னும் புலவர் குமணனைத் தேடிச் சென்றார். தேடிச் செல்லும் வழியிலே காட்டிலே குமணனைக் கண்டார். தன் வறுமையை விளக்கிப் பாடினார். உடனே குமணன் தன் கையிலிருந்த வாளைப் புலவர் கரத்திலே நீட்டினான். புலவரே! என்னிடம் இப்பொழுது என் உடம்பைத் தவிர வேறொன்றும் இல்லை. என் தம்பி என் தலையைக் கொண்டு வருவோர்க்குப் பெரும் பரிசு அளிப்பதாக அறிவித் திருக்கிறான். ஆதலால் என் தலையைக் கொண்டு சென்று பரிசு பெற்று உமது வறுமையை விரட்டியடிமின் என்று கூறினான். தன் தலையைக் கொண்டு செல்வதற்காகவே வாளை என் கையில் கொடுத்தான் என்று அந்த 165- வது செய்யுளில் காணப்படுகின்றது.

குமணனுடைய இச் சிறந்த தியாகத் தன்மையைப் பற்றி, இளங்குமணனிடம் பெருந்தலைச் சாத்தனார் இவ்வாறு எடுத்துரைத்தார். இச் செய்யுளின் அடிக்குறிப்பு வருமாறு:

தம்பியால் நாடு கொள்ளப்பட்டுக் காடு பற்றியிருந்த குமணனைக் கண்டு அவன் தன் வாள் கொடுப்பக் கொண்டு வந்து இளங்குமணற்குக் காட்டிப் பெருந்தலைச் சாத்தனார் பாடியது.

இதுவே அச்செய்யுளின் அடிக்குறிப்பு. இதனால் குமணனுடைய ஆட்சியை, அவனுடைய இளைய சகோதர

னாகிய இளங்குமணன் வலிந்து கைப்பற்றிக் கொண்டான், குமணன் காட்டில் புகுந்து வருந்தினான் என்ற செய்தி தெரிகின்றது. மேலே காட்டிய நலங்கிள்ளி நெடுங்கிள்ளி வரலாறு, குமணன் இளங்குமணன் வரலாறு இரண்டும் அதிகார வெறி, அண்ணன் தம்பி உறவையும் அழிக்கும் என்ற உண்மையை உணர்த்தின.

தந்தை தநயர்கள் சண்டை

தந்தை, மகன் என்ற உறவுக்கும் உலை வைக்கும் தன்மை அதிகார வெறிக்கு உண்டு. இதையும் தமிழர் வரலாற்றிலே காணலாம்.

கோப்பெருஞ் சோழன் சிறந்த கொடையாளி; தமிழறிஞன்; தமிழ்ப் புலவரைப் போற்றுவோன். பிசிராந்தையார் என்னும் பெரும் புலவரின் ஆருயிர் நண்பன்; பழந்தமிழ்ப் புலவர்கள் நட்புக்குக் கோப்பெருஞ் சோழனையும், பிசிராந்தையாரையுந் தான் எடுத்துக்காட்டாகக் கூறுவர்.

இத்தகைய கோப்பெருஞ் சோழனும், அரசு, பொருள் அதிகாரம் காரணமாகத் தன் பிள்ளைகளுடன் போர் தொடுக்கத் துணிந்தான் என்ற வரலாறு காணப்படுகின்றது. அவன் தன் மக்கள்மேல் போர் செய்யப் புறப்பட்ட போது, புல்லாற்றூர் எயிற்றியனார் என்னும் புலவர் அவனைத் தடுத்து அறிவுரை கூறினார். இவ்வரலாறு புறநானூற்றின் 213- வது பாடலில் காணப்படுகின்றது.

போரிலே வெற்றி பெற்ற புகழுடைய வேந்தனே! வெண் கொற்றக்குடையின் நிழலிலே உலகத்தைக் காக்கும் மன்னனே! இவ்வுலகிலே உன்னுடன் போர் செய்யப் புறப்பட்டவர்கள் யார் என்று எண்ணிப் பார்த்தால், அவர்கள் உன் பகைவர்கள் அல்லர்; இன்னும் ஆராய்ந்து பார்த்தால், நீயும் அவர்களுக்குப் பகைவன் அல்லன். நீ தேவருலகை யடைந்தபின் உனது அரசுக் குரியவர்கள் அவர்கள்; உனக்குப் பின் உன் ஆட்சி அவர்களுக்கே உரிமையாகும்.

இது மட்டுமா? இன்னும் சொல்லுகிறேன் கேள். அறியாமையால் முரட்டுத்தனமாகப் போருக்கெழுந்த உன் புதல்வர்கள், போரில் தோற்று மாண்டு விட்டால், அதன்பின்

உன் செல்வத்தை யாருக்குத்தான் கொடுப்பாய்? அல்லது நீ உன் பிள்ளைகளால் வெல்லப்படுவாயானால் உன் பகைவர்கள் மகிழ்ச்சியடைவார்கள்; உனது புகழ் மறையும்; பழிதான் நிலை நிற்கும்.

ஆதலால் போர் செய்வதை விட்டுவிடு. நல்வினையைச் செய். நீ மறுவுலகம் செல்லும்போது விண்ணோர் உன்னை விருந்தாக ஏற்றுக் கொள்ளத்தக்க நற்பணிகளைச் செய்க என்ற கருத்தைப் புல்லாற்றூர் எயிற்றியனார் வலியுறுத்தினார்.

இவ்வரலாற்றால், தனி அதிகார வெறி, மைந்தனையும் தந்தையையும் பகைவர்களாக நின்று சண்டையிடச் செய்யும் என்ற உண்மையைக் காணலாம்.

அதிகார வெறி காரணமாக நடந்த அடாத செயல்கள் பலவற்றை வரலாறுகளிலே படித்திருக்கின்றோம். அண்ணனைக் கொன்று தம்பி அரியாசனம் ஏறினான்; தம்பிமார்கள் வெளியிலிருந்தால் தனது ஆட்சிக்கு ஆபத்து என்று கருதி, அண்ணன் அவர்களைச் சிறையிலிட்டான்; அரசுக்கு ஆசைப்பட்டுத் தந்தையை மகன் கொலை செய்தான்; மகனைத் தந்தை சிறையிலிட்டான் என்ற கதைகளைப் படித்திருக்கின்றோம். ஆதலால், தனியாட்சி உரிமை இருந்த காலத்தில் தமிழ் மன்னர்களிலும் இத்தகையவர்கள் இருந்திருக்கிறார்கள் என்பது வியப்புக்குரியது அன்று. இது இயற்கையே யாகும். சரித்திரம் கண்ட உண்மை.

தனியாட்சி வெறி, அறத்தை அழித்து மறத்தை வளர்ப்பதற்கும் தூண்டும். இதற்கும் எடுத்துக்காட்டுக்கள் உண்டு. தமிழ் இலக்கியத்திலிருந்து இதற்கு இரண்டு உதாரணங்களை மட்டும் பார்ப்போம்.

அதிகார வெறி

ஒரு சோழ மன்னன். அவன் பெயர் சோழன் குளமுற்றத்துத் துஞ்சிய கிள்ளிவளவன் என்பது. அவனுக்கும் மலையமான் திருமுடிக்காரி என்பவனுக்கும் நீண்டநாள் பகை. பல தடவை போர் புரிந்தும் மலையமான் திருமுடிக்காரியைக் கிள்ளி வளவனால் தோல்வியுறச் செய்ய முடியவில்லை. இதனால்

காரியின்மேல் வளவன் அடங்காத ஆத்திரங் கொண்டிருந்தான்.

காரி இறந்து விட்டான். அப்பொழுதும் கிள்ளி வளவனுக்குக் காரியின் மீதுள்ள ஆத்திரம் அடங்கவில்லை. காரியின் குழந்தைகளைக் கொண்டுவந்தான்; காரியின் மீதுள்ள கோபத்தைக் குழந்தைகளின் மேல் காட்டினான். அதிகாரமும் ஆத்திரமும், அவனுடைய அறிவை அடக்கிவிட்டன. காரியின் சிறுவர்களை யானைக்காலிலே கொடுத்துக் கொல்லத் தொடங்கினான். அப்பொழுது கோவூர் கிழார் என்னும் புலவர் வந்தார்; கிள்ளிவளவனுடைய கீழ்மைச் செயலைத் தடுத்தார்; அவனுக்கு அறிவுரை கூறினார். இந்த நிகழ்ச்சியைப் புறநானூற்றின் 46-வது செய்யுளிலே காணலாம். அச் செய்யுளும் அதன் பொருளும் கீழ்வருவன;

நீ சோழர் குடியிலே பிறந்தவன்; உனது முன்னோர், ஒரு புறாவின் துயரத்தை நீக்கியதோடு நிற்கவில்லை; வேறு பல துன்பங்களையும் தீர்த்தவர்கள். இக்குழந்தைகளோ, புலவர்களின் வறுமையைக் கண்டால் அதை ஒழித்து, தம்மிடம் உள்ளதைப் பிறர்க்கும் பகுத்துக்கொடுத்து உண்ணும் மரபிலே பிறந்தவர்கள். இவர்கள், யானையைக் கண்டால் பயந்து அழுகின்ற பருவத்தைக் கூட அடையாதவர்கள்; அவ்வளவு இளம் பருவமுள்ளவர்கள். இந்த இடம் புதிதாக இருக்கிறதே என்று பார்த்து வருந்துகின்றவர்கள். நான் சொல்லும் இவ்வுண்மையை நீ ஆராய்ந்து பார்; பிறகு உன் விருப்பப்படி செய்.

நீயே புறவின் அல்லல் அன்றியும், பிறவும்
இடுக்கண் பலவும் விடுத்தோன் மருகனை;
இவரே, புலன் உழுது உண்மார் புன்கண் அஞ்சித்
தமது பகுத் துண்ணும் தண்நிழல் வாழ்நர்;
களிறுகண்டு அழூஉம் அழா அல் மறந்த
புன்தலைச் சிறார் அர்; மன்று மருண்டுநோக்கி
விருந்தில் புன்கண்நோ உடையர்;
கேட்டனை ஆயின், நீ வேட்டது செய்ம்மே.

கிள்ளிவளவன் செய்யத் தொடங்கியது படுபாதகம் என்பது அனைவர்க்கும் தெரியும். அதைத் தடுக்க அவனுடைய அமைச்சர்கள் யாரும் முன்வரவில்லை. புலவர் தான் துணிந்து

முன்வந்தார். அவரும், நீ இந்த அநீதியைச் செய்யாதே என்று அடித்துப் பேசவில்லை. நான் சொல்வதைக் கேட்பதானால், இதைச் செய்யாதே கேட்காவிட்டால் உன் மனம் போல் செய் என்று தான் வேண்டிக் கொள்கின்றார். கேட்டனை ஆயின், நீ வேட்டது செய்ம்மே என்ற அடி இக் கருத்தையே கொண்டதாகும்.

கொடுங்கோல் மன்னன்

நன்னன் என்பவன் ஒரு சிற்றரசன்; சிற்றரசனாயினும் பண்டை நாளில் அவன் ஆண்ட நாட்டில் அவனுக்கு எல்லா அதிகாரமும் உண்டு; நாட்டு மக்களைத் தன் எண்ணப்படி ஆட்டி வைக்கும் உரிமையுண்டு. இந்த நன்னன் ஒரு சிறு குற்றத் திற்காக ஒரு பெண்ணைக் கொலை செய்தான் என்ற வரலாறு ஒன்று வழங்குகின்றது. இதைக் குறுந்தொகையிலும் காணலாம்.

நன்னன் என்பவன், ஆற்றங்கரையில் இருந்த தன் தோட்டத்தில் அரிய மாமரம் ஒன்றை வளர்த்து வந்தான். அதன் காயையோ பழத்தையோ அவனைத் தவிர வேறொருவரும் தின்னக்கூடாது என்பது அவன் ஆணை. ஒருநாள் ஒரு பெண் ஆற்றுக்கு நீராடப் போனாள். ஆற்றிலே மாங்காய் ஒன்று மிதந்து வந்தது. அதை எடுத்து அவள் தின்று விட்டாள். உடனே காவலர்கள் அவளைப் பிடித்துக் கொண்டு போய் அரசன் முன் நிறுத்தினர். அரசன் அவளுக்குக் கொலைத் தண்டனை விதித்தான். அவள் தந்தை பணக்காரன். தன் மகளைத் கொலைத் தண்டனையிலிருந்து மீட்க எவ்வளவோ முயன்றான். அப் பெண்ணின் நிறையுள்ள பொன் பதுமையும், எண்பத்தொரு யானையையும் ஈடாகக் கொடுக்க முன் வந்தான். அதற்கும் அரசன் இணங்காமல் ஒரு மாங்காய்க்காக அறியாமல் தவறு செய்த அப்பெண்ணின் உயிரை வாங்கி விட்டான்.

இவ்வரலாற்றைக் குறுந்தொகையின் 292-வது செய்யுளிலே காணலாம்.

மண்ணிய சென்ற ஒள்நுதல் அரிவை,
புனல்தரு பசுங்காய் தின்றதன் தப்பற்கு,
ஒன்பதிற்று ஒன்பது களிற்றொடு அவள்நிறை

**பொன்செய் பாவை கொடுப்பவும் கொள்ளான்
பெண்கொலை புரிந்த நன்னன்.**

நீராடும் பொருட்டுச் சென்ற பெண் நீரிலே மிதந்து வந்த பசுமையான மாங்காயை எடுத்துத் தின்ற குற்றத்திற்காக, எண்பத்தொரு ஆண் யானைகளும், அவள் அளவு நிறையுள்ள பொன்னாற் செய்த பதுமையும் ஈடாகக் கொடுக்கவும் அதை ஏற்றுக்கொள்ளாமல் பெண்ணைக் கொலை புரிந்தான் நன்னன்.

இதுவே அக் குறுந்தொகைப் பாடல். இவ்வரலாறு புறநானூற்றின் *151*- வது பாடலிலும் குறிக்கப்பட்டுள்ளது. இப்பாடல் பெருந்தலைச் சாத்தனார் என்னும் புலவரால் பாடப்பட்டது.

இளங்கண்டீரக்கோ என்னும் சிற்றரசனும், இளவிச் சிக்கோ என்னும் சிற்றரசனும் ஒன்று கூடியிருந்தனர். அப்பொழுது பெருந்தலைச் சாத்தனார் சென்றார். அவர் இளங் கண்டீரக்கோவைத் தழுவி க்கொண்டார்; இளவிச்சிக்கோவைத் தழுவிக் கொள்ளவில்லை. அதுகண்ட இளவிச்சிக்கோ புலவரைப் பார்த்து, இளங்கண்டீரக்கோவைத் தழுவிக் கொண்ட நீர் என்னை ஏன் தழுவிக் கொள்ளவில்லை என்று கேட்டான். உடனே புலவர் இளவிச்சிக்கோவைப் பார்த்துக் கீழ்வருமாறு கூறினார்;

இளங்கண்டீரக்கோ தன்னைப் பாடும் புலவர்க்குப் பரிசில் அளிப்பவன்; அவன் இல்லாவிட்டாலும், அவனைப் பாடி வந்த புலவர்க்கு, அவன் பெண்டிரும் தமது தரத்திற்கேற்ப நன்கொடையளிப்பார்கள். ஆதலால் அவனைத் தழுவிக் கொண்டேன். நீயோ பெண் கொலை புரிந்த நன்னன் மரபிலே தோன்றியவன்; அன்றியும், பாடுநர்க்குப் பரிசில் வழங்காமல் கோட்டை வாசலை அடைத்திருப்பவன். ஆதலால் உன் மலையைப் பற்றிப் புலவர்கள் பாடாமல் நீக்கினர். இக் காரணத் தால்தான், தழுவிக் கொள்ளத் தகுந்தவனாயினும் உன்னை நான் தழுவிக் கொள்ளவில்லை என்று இவ்வாறு கூறினார். இவ் வரலாற்றை இப்பாட்டின் அடிக்குறிப்புத் தெளிவாக உணர்த்து கின்றது.

இளங்கண்டீரக்கோவும், இளவிச்சிக்கோவும் ஒருங்கிருந்த வழிச் சென்ற பெருந்தலைச் சாத்தனார், இளங்கண்டீரக் கோவைப் புல்லி, இளவிச்சிக் கோவைப் புல்லாராக, என்னை என்செயப் புல்லீர் ஆயினீர் என அவர் பாடியது.

இதுவே அந்த 151- வது பாட்டின் அடிக்குறிப்பாகும். ஒரு சிறிய மாங்காய்க்காக, ஒரு பெண்ணின் அரிய உயிரை வாங்கி யதற்குக் காரணம் அதிகார வெறியைத் தவிர வேறென்ன?

குழந்தைகளின் உயிரை வாங்கத் துணிந்த கிள்ளி வளவன் செயல், மாங்காய்க்காகப் பெண்ணின் உயிரை வாங்கிய நன்னன் செயல் இரண்டும் படுபாதகச் செயல்கள்; அதிகார வெறியிலே முளைத்தெழுந்த அடாத செயல்கள்.

மேலே கூறியவைகளைக் கொண்டு, கீழ்வரும் உண்மைகளை உணரலாம். தனி அதிகார வெறியால் நாட்டிலே அடிக்கடி போர் நடைபெற்றது. அதனால் நாடு நாசமடைந்தது; மக்கள் செல்வங்கள் பாழ்பட்டன. தனி அதிகாரச் செருக்கால் அறத்தைச் சிதைத்தனர்; மனம் போனவாறு நடந்துவந்தனர்.

பல அரசர்கள் நீதி நெறியைப் பின்பற்றி நடந்துங் கூடச் சில அரசர்கள் இவ்வாறு அடா நெறிகளைப் பின்பற்றியதனால்; மக்கள் தனி அதிகார முறையை வெறுத்தனர். அரசர்கள் அமைச்சர்களுக்கும், அறிஞர்களுக்கும் அடங்கித்தான் வாழ வேண்டும்; அவர்கள் அறிவுரைகளைக் கேட்டுத்தான் ஆட்சி புரியவேண்டும் என்று நினைத்தனர். மன்னர்களின் தனி அதிகார ஆட்சியைவிட, மக்களின் கருத்தைப் பின்பற்றி நடத்தும் மன்னர் ஆட்சியே சிறந்தது என்று எண்ணினர். பழந்தமிழ்ப் புலவர்கள் இக்கருத்தை மக்களிடையிலே பரப்பிவந்தனர்.

ஆளுவோர்க்கு அறிவுரைகள்

பண்டைக்கால மன்னர்களின் அரசுரிமை பிறப்புரிமை யாகவே இருந்தது. இதனால் அவர்கள் தனி அதிகாரம் பெற்றிருந்தனர். இத் தனி அதிகாரம் காரணமாக அவர்களிலே சிலர் அறநெறி தவறி நடக்கவும் துணிந்தனர்; அதிகார வெறி- அதிகாரச் செருக்கு- அவர்களை அவ்வாறு நடக்கத் தூண்டியது. இது இந்த நாட்டில் மட்டும் அன்று; எந்த நாட்டிலும் இந்த நிலைதான் இருந்தது.

அறத்தைச் சிதைத்த அரசர்களின் செயல் கண்டு அறிஞர்கள் சிறிதும் அஞ்சவில்லை. அக்காலத்தில் அரசர்களைக் காட்டிலும் புலவர்களுக்கு- மக்களுடன் கலந்து பழகும் அறிஞர்களுக்கு- செல்வாக்கு மிகுந்திருந்தது. அவர்களை மக்கள் மதித்துப் பாராட்டி வந்தனர். பொது மக்களின் பாராட்டுக்குரிய புலவர்களிடம் மன்னர்களும் மதிப்பு வைத்திருந்தனர். புலவர்கள் புகலும் அறிவுரைகளை மீறி நடக்க அரசர்களும் அஞ்சினர். இது பண்டைக்கால நிலைமை.

ஆதலால், புலவர்கள் அடிக்கடி அரசர்களுக்கு அறிவுரை கூறி வந்தனர்; அரசர்கள் அநீதி செய்யத் துணியும்போது அஞ்சாமல் அதைத் தடுத்தும் நின்றனர். இத்தகைய நிகழ்ச்சிகளைப் பழந்தமிழ் இலக்கியங்களிலே காணலாம்.

கடமையை வலியுறுத்தல்

நரிவெரூஉத் தலையார் என்பவர் ஒரு தலை சிறந்த புலவர்; அறநெறிகளை அறிந்தவர். அவர் ஒருநாள் கருவூரிலே இருந்த ஒள்வாள் கோப்பெருஞ்சேரல் இரும் பொறையைக் காணச் சென்றார். அவனைப் பார்த்து அரசர்க்குரிய அறம் இன்னதென்று எடுத்துக்கூறினார்.

நீ ஒப்பற்ற வீரன்; நிகரற்ற செல்வங்களையும் பெற்றவன்; உனக்கு நான் சொல்லும் அறமொழி ஒன்று உண்டு.

அருளையும், அன்பையும் கைவிட்டவர்கள் எப்பொழுதும் நரகத்திலேயே கிடந்து உழலுவார்கள். ஆதலால், நீ அவர்களுடன் சேர்ந்து, அவர்கள் சொற்களை நம்பிக் கெட்டுப் போகாதே. அரசாட்சியைக் கண்ணும் கருத்துமாக நடத்து. ஒரு குழந்தையை எவ்வளவு அன்போடும், பாதுகாப்போடும் வளர்ப்பார்களோ, அவ்வாறு உனது நாட்டை நீ காப்பாற்று.

நீஓர் ஆகலின் நின்ஒன்று மொழிவல்;
அருளும் அன்பும் நீக்கி, நீங்கா
நிரயம் கொள்பவரோடு ஒன்றாது, காவல்
குழவி கொள்பவரின் ஓம்பு மதி!

இதுவே நரிவெரூஉத் தலையார் சேர மன்னனுக்குக் கூறிய அறம். இது புறநானூற்றின் 5-வது பாடல். ஆளுவோர் மேற்கொள்ள வேண்டிய பொறுப்பை எடுத்துரைத்தது இச்செய்யுள்.

நலங்கிள்ளி என்னும் சோழன் காலத்திலே சோழ நாடு இரண்டாகப் பிரிந்திருந்தது. சோழன் நலங்கிள்ளி என்பவன், அதிகாரத்தில் ஆசை கொண்டவன்; சோழ நாடு முழுவதையும் தானே ஆளவேண்டும் என்னும் ஆவல் கொண்டவன். அதனால் அவன் அடிக்கடி நெடுங்கிள்ளி என்னும் உறையூர்ச் சோழனுடன் சண்டை செய்து வந்தான். இவன் செய்கைக்கு ஊக்கமூட்டிய நண்பர்களும் இவனுக்கிருந்தனர் என்று தெரிகின்றது.

இந்த நலங்கிள்ளியின் செய்கையைப் பொதுமக்கள் அவ்வளவாக ஆதரிக்கவில்லை. இந்நிலையை அறிந்த முதுகண்ணன் சாத்தனார் என்ற புலவர் அவனுக்கு அறநெறியை எடுத்துரைத்தார். அரசர்க்குரிய முதன்மையான கடமை இன்னது என்பதைத் தெளிவாகத் தெரிவித்தார்.

நாட்டுக்கும் மக்களுக்கும் தீமை செய்யும் கொடியோரை அழித்தல் வேண்டும்; அடக்குதல் வேண்டும்; தண்டிக்க வேண்டும். நடுநிலையிலே வாழும் சான்றோர்களிடம் இரக்கம் காட்ட வேண்டும்; அவர்களுக்கு எவ்வித இன்னலும் உண்டாகாமல் காப்பாற்ற வேண்டும். இதுதான் அரசர்க்குரிய அறநெறி. இவ்வறநெறியை எப்பொழுதும் பின்பற்றி நடத்தல் வேண்டும்; இதில் சோர்வு காட்டவே கூடாது. இந்த

அறநெறியை நீ தவறாமல் பின்பற்ற வேண்டுமானால் தீயோர் நட்பை- கூட்டுறவை - துணையைக் கைவிட வேண்டும். நல்ல செயல்களால் நன்மையுண்டு. தீய செயல்களால் தீமைதான் விளையும் என்பதை மறுப்போர் கெட்டவர்கள். இத்தகைய கெட்டவர்களுக்கு நீ நட்புள்ளவனாக இருக்கக்கூடாது.

கொடியோர்த் தெறலும், செவ்வியோர்க்கு அளித்தலும்
ஒடியா முறையின் மடிவுஇலை ஆகி
நல்லதன் நலனும், தீயதன் தீமையும்
இல்லை, என்போர்க்கு இனன் ஆகிலியர்!

இதுவே முதுகண்ணன் சாத்தனார் நலங்கிள்ளி என்னும் சோழனுக்குக் கூறிய அறிவுரை. இது புறநானூற்றின் 29-வது பாட்டு. அரசனுடைய கடமை இன்னது என்பதை இவ்வாறு தெளிவாக எடுத்துரைத்தார் முதுகண்ணன் சாத்தனார்.

இந்த உண்மைகளை உள்ளத்தில் கொண்டுதான் திரு வள்ளுவரும், அரசர்கள் சிற்றினத்தார்களுடன் சேரக் கூடாது என்று கூறினார். சிற்றினம் சேராமை என்று ஒரு அதிகாரமே, திருக்குறளில் அரசியலில் தனியாக அமைந்துள்ளது.

அரசர்கள் எவ்வளவுதான் அறிவுள்ளவர்களாயினும்- திறமையுள்ளவர்களாயினும்- தீயோர் தொடர்பால் அவர்கள் தன்மை கெடும் என்பது உண்மை. இதற்கு ஒரு குறளே போதுமான எடுத்துக்காட்டாகும்.

நிலத்தின் தன்மையால், அதில் வீழ்ந்த தண்ணீர் மாறுபடும்; அந்த நிலத்தின் தன்மையைப் பெறும்; அது போல, மக்களுடைய அறிவும் இனத்தால் வேறுபடும்; அவர்கள் சேர்ந் திருக்கும் இனத்தினரின் அறிவைப்போல மாறுபடும்.

நிலத்து இயல்பால் நீர்திரிந்து அற்றாகும்; மாந்தர்க்கு
இனத்து இயல்பு அது ஆகும் அறிவு. (கு. 452)

இக்குறள், அரசர்கள் தீயோருடன் சேரக்கூடாது; சேர்ந்தால் அவர்கள் நல்ல குத்திற்கு நாசம் விளையும் என்ற உண்மையை உதாரணத்துடன் உரைத்தது.

நீர் வளமே நாட்டு வளம்

நீர்வளம் உள்ள நாட்டிலேதான் உணவுப் பஞ்சம் உண்டாகாது; விளைபொருள்கள் மிகுந்திருக்கும்; மக்கள் பசிப்பிணி யறியாமல் உண்டு மகிழ்ந்து வாழ்வார்கள்; தொழில்களும் பெருகி வளரும்; மக்களுக்கு வேண்டிய- அவர்கள் இன்புற்று வாழ்வதற்கு உரிய- எல்லாப் பொருள்களும் எளிதிலே கிடைக்கும்.

இந்த அடிப்படை உண்மையை அரசினர் அறிந்திருக்க வேண்டும். நாட்டிலே நல்ல ஆறுகள் இல்லாவிட்டாலும், மழை நீரையாவது வீணாகாமல் தேக்கி வைக்க ஏற்பாடு செய்ய வேண்டும். பண்டைக் காலத்தில் ஆற்றுப் பாய்ச்சல் இல்லாத பகுதிகளிலே மழை நீரை ஏரிகளிலே தேக்கி வைத்தனர். அந்நீரைக் கொண்டே பயிர் செய்து வந்தனர். இத்தகைய நீர்த் தேக்கத்தை ஏற்படுத்தும் வேலையை அரசாங்கமே செய்து வந்தது; ஏற்படுத்திய நீர்த்தேக்கங்களைப் பாதுகாக்கும் வேலையையும் அரசாங்கமே மேற்கொண்டிருந்தது.

இச்செயலிலே கருத்தின்றி இருந்த அரசர்களுக்கும், அரசாங்கங்களுக்கும் புலவர்கள் அடிக்கடி புத்தி புகட்டி வந்தனர். இந்த உண்மையைக் குடபுலவியனார் என்னும் ஒருவர் பாட்டு நமக்கு உணர்த்துகின்றது.

குடபுலவியனார் என்னும் புலவர், பாண்டியன் நெடுஞ் செழியனைப் பற்றிப் பாடியுள்ளார். நீர்ப்பாசனத்திற்கான ஏற்பாட்டைச் செய்ய வேண்டும் என்று அவர் தம் செய்யுளில் வலியுறுத்துகின்றார்.

செல்வங்கள் நிறைந்த பழமையான ஊரினையுடைய வெற்றி பொருந்திய வேந்தே! நீ இறந்தபின் செல்லும் மறு உலகத்திலே செல்வமுடன் வாழ விரும்பினாலும், இவ்வுலகத்தில் உள்ள அரசர்களின் வலிமையை அழித்து நீயே ஒப்பற்ற மன்னனாக வாழ விரும்பினாலும், சிறந்த நல்ல புகழை இவ்வுலகிலே நிலைநாட்ட விரும்பினாலும் சரி, அதற்கான தகுதியை நீ சம்பாதித்துக் கொள்ள வேண்டும். அத்தகுதி என்னவென்று இப்பொழுது சொல்லுகிறேன் கேள். சிறந்தவனே! உடம்புகளுக் கெல்லாம் நீர்

இன்றியமையாததாகும்; அவ்வுடம்புகளுக் கெல்லாம் உணவு கொடுத்தவர்கள் தாம் உயிரை கொடுத்தவர்கள் ஆவார்கள்; அவ்வுணவை அடிப்படையாகக் கொண்டதுதான் உடம்பு. ஆதலால் உணவு என்று சொல்லப்படுவது நிலத்தோடு கூடிய நீர்தான். அந்த நிலத்தையும், நீரையும் ஒன்றாக இணைந் திருக்கும்படி செய்தவர்கள் தாம் இவ்வுலகில் உயிரையும் உடம்பையும் ஒன்று சேர்ந்திருக்கச் செய்தவர் ஆவார்; உயிரையும் உடம்பையும் படைத்தவர் ஆவார்.

மல்லல் மூதூர் வயவேந்தே!
செல்லும் உலகத்துச் செல்வம் வேண்டினும்,
ஞாலம் காவலர் தோள்வலி முருக்கி
ஒருநீ ஆகல் வேண்டினும், சிறந்த
நல்லிசை நிறுத்தல் வேண்டினும், மற்றதன்
தகுதிகேள் இனி! மிகுதியாள!
நீர்இன்று அமையா யாக்கைக்கு எல்லாம்
உண்டி கொடுத்தோர் உயிர்கொடுத் தோரே;
உண்டி முதற்றே உணவின் பிண்டம்;
உணவு எனப் படுவது நிலத்தொடு நீரே;
நீரும் நிலனும் புணரியோர், ஈண்டு
உடம்பும் உயிரும் படைத்திசி னோரே.

இதுவே குடபுலவியனார் நெடுஞ்செழியனுக்குக் கூறிய அறிவுரை.

நீர்ப்பாசன வசதிக்கு வழி செய்தால் நாட்டிலே விளைவுப் பொருள் பெருகும். விளைவுப்பொருள் மிகுந்திருந்தால்தான் மக்கள் பட்டினி பசியின்றி, நோய் நொடியின்றி வாழ்வார்கள். அவர்கள், அரசுக்கோ அரசனுக்கோ பகைவர்களாக மாற மாட்டார்கள்; குடி மக்களின் ஆதரவைப் பெற்ற அரசு எக்காரியத்தையும் எளிதிலே நிறைவேற்றலாம். ஆதலால் பஞ்சத்திற்கு ஆளாகாமல் குடிமக்களைப் பாதுகாப்பதுதான் ஆட்சியின் முதல் கடமை. இக்கருத்துக் குடபுலவியனார் செய்யுளிலே அமைந் திருப்பதைக் காணலாம்.

உழவர்க்குப் பாதுகாப்பு

ஒரு நாட்டின் உயிர்நாடி உழவர்கள் ஆவார்கள். உழவர்கள் வறுமையால் வாடாமல் இருந்தால்தான் உணவுப் பொருள்

ஏராளமாக உற்பத்தியாகும். உழவர்கள் வாழ்வு உயர்ந்திருந்தால் தான் நாட்டிலே உண்டாக்கப்படும் கைத் தொழிற் பண்டங்களும் செலவழியும்; பண்டங்கள் செலவழிந்தால் தான் தொழில் வளரும்; தொழில் வளர்ந்தால்தான் தொழிலாளர்களுக்கு வேலையுண்டு. ஆகவே, ஒரு நாட்டின் வாழ்வும் நாகரிகமும் உழவர்களின் வாழ்க்கையைத் தான் அடிப்படையாகக் கொண்டிருக்கின்றன. இந்த உண்மையை உணர்ந்த அரசாங்கங்கள் தாம் நிலச் சீர்திருத்தம், உழவாளர்களுக்குப் பாதுகாப்பு போன்ற செயல்களைச் செய்து வருகின்றன.

இந்த உண்மையை- உழவினர் வாழ்வே நாட்டு மக்களின் நல்வாழ்வு, அரசாங்கத்தின் வாழ்வு, என்ற உண்மையைப் பண்டைத் தமிழ் சான்றோர்கள் உணர்ந்திருந்தனர். அவர்கள் அரசர்களுக்கு அடிக்கடி உழவினரைக் காக்கும்படி அறிவுரைகள் கூறிவந்தனர்.

வெள்ளைக்குடி நாகனார் என்பவர் ஒரு சிறந்த புலவர். அவர் ஒரு சிறு நிலக்கிழாருங்கூட. அவர் உழவுத் தொழிலை மேற்கொண்டு வாழ்ந்தார். மழை பெய்யாமையால் அவருடைய வேளாண்மைத் தொழில் ஒழுங்காக நடக்கவில்லை; நிலமும் விளையவில்லை. ஆனால் அரசாங்கத்திலே வரி தண்டும் அலுவல் பார்ப்போர் அப்புலவரை வரி கொடுக்கும்படி நெருக்கி வந்தனர். நிலத்திலே விளைச்சல் இல்லாத காலத்திற்கும் வரி கேட்டனர். அவரை மட்டும் அல்ல; உழவர்கள் எல்லோரிடமும் அவ்வாறே வரி கொடுக்கும்படி கெடுபிடி செய்தனர். இதைக் கண்ட புலவர் நேரே அரசனிடம் சென்றார். அரசாங்க அலுவலர்கள் உழவர்களிடம் காட்டும் கருணையற்ற தன்மையை எடுத்துரைத்தார். அரசன், புலவர் மொழியைக் கேட்டு மனம் இளகினான். அவருக்கும் ஏனையோருக்கும் வரியைத் தள்ளிக் கொடுத்தான். புலவருக்கு அவர் வைத்திருந்த நிலத்தை என்றும் இறையிலியாகவே (சர்வமான்யமாக) கொடுத்துவிட்டான். இச்செய்தி புறநானூற்றின் 35-வது செய்யுளால் தெரிகின்றது.

சோழன் குளமுற்றத்துத் துஞ்சிய கிள்ளிவளவன் அரசாட்சியின் கீழ் வாழ்ந்தவர் வெள்ளைக்குடி நாகனார்

என்னும் புலவர். அவர் அரசனுக்குக் கூறிய அறிவுரைதான் கீழ்வருவது:

மழை பெய்யுங்காலத்திலே பெய்யாமற் போனாலும் நிலத்தில் விளைவு குறைந்தாலும், மக்கள் தகாத செயல்களைச் செய்தாலும், இப்பெரிய உலகம், இவைகளுக்கெல்லாம் அரசர்கள் தாம் காரணம் என்று பழி சொல்லும். இந்த உண்மையை நீ நன்றாக உணர்ந்திருப்பாயானால் ஒரு காரியத்தை உறுதியாகச் செய்யவேண்டும். கோட்சொல்லுவோரின் உறுதியற்ற சொற்களைக் கேட்காதே! ஏரைப் பாதுகாத்து உழவுத் தொழில் செய்வோர்களின் குடும்பங்களைப் பாதுகாப்பாயாக. இவ்வாறு செய்வாயானால் உனக்கு அடங்காதவர்கள்- பகைவர்கள்- அவர்கள் உள்நாட்டினராயினும் சரி, வெளிநாட்டினராயினும் சரி, உன் அடியை வணங்குவார்கள்.

மாரி பொய்ப்பினும், வாரி குன்றினும்,
இயற்கை அல்லன செயற்கையில் தோன்றினும்
காவலர்ப் பழிக்கும் இக் கண் அகல் ஞாலம்;
அதுநற்கு அறிந்தனை ஆயின், நீயும்
நொதும லாளர் பொதுமொழி கொள்ளாது
பகடு புறந்தருநர் பாரம் ஓம்பிக்
குடிபுறந் தருகுவை ஆயின்நின்
அடிபுறந் தருகுவர் அடங்கா தோரே.

இதுவே வெள்ளைக்குடி நாகனார் சோழன் குள முற்றத்துத் துஞ்சிய கிள்ளிவளவனுக்குக் கூறிய அறிவுரை. இச்செய்யுள் உழவாளர்க்கு உதவி செய்வதே ஒரு நாகரிக அரசாங்கத்தின் முதற்கடமை என்பதை எடுத்துக்காட்டுகின்றது.

தனிப்பட்ட ஒரு அரசனுக்குரிய கடமையாகக் கூறப் பட்டிருக்கும் இவ்வறிவுரை இக்காலத்து மக்களாட்சிக்கும் பொருந்தும். உழவுத்தொழிலே முதன்மையாக உள்ள நாட்டிலே உழவர்கள் மகிழ்ந்து வாழாவிட்டால் அமைதி நிலவாது; உற்பத்தியும் வளராது. இந்த உண்மையைப் பழந்தமிழர்கள் உணர்ந்திருந்தனர். ஆதலால் உழவுத் தொழில் புரிவோரைப் போற்றி வந்தனர்; பாராட்டி வந்தனர்; அவர்களுக்கு, முயற்சி செய்வோர், உதவி செய்வோர் என்ற

பொருள் உள்ள வேளாளர் என்ற பெயரிட்டனர். சமூகத்திலே உயர்ந்த நிலையும் அளித்தனர்.

வரிக்கொடுமை

பண்டைக்கால மன்னர்களிலே தந்நலங் கருதி, மக்கள் தலையிலே வரிச்சுமையை ஏற்றியவர்களும் உண்டு. தாங்கக் கூடியவர்களிடம் வரி தண்டுவதில் தவறில்லை. கொடுக்கும் சக்தியற்ற ஏழை எளியவர்கள் தலையிலே வரியைச் சுமத்தும் அரசு கொடுங்கோல் அரசாகும். அது அறம் அன்று; நீதியும் அன்று. வரி கொடுக்கும் வல்லமையற்றவர்கள் தங்கள் துன்பத்தைத் தாங்க முடியாத போது ஆட்சிக்கு எதிராகத் திரும்பி விடுவார்கள். இந்த உண்மையைப் பழந்தமிழ் அறிஞர்கள் உணர்ந்திருந்தனர். மன்னர்கள் குடிமக்களிடம், அளவுக்குமேல் வரி வாங்க முற்படும்போது புலவர்கள் தலையிட்டனர்; அரசர்களுக்கு அறிவுரை கூறினர்; அவர்கள் செய்கையைத் தடுத்தனர்.

இவ்வுண்மையைப் பிசிராந்தையார் என்னும் புலவர் பாடல் ஒன்று விளக்கமாகக் கூறுகின்றது:

பாண்டியன் அறிவுடை நம்பி என்பவன் குடிமக்களிடம் அளவுக்கு மேல் வரி வாங்கினான். அதைக் கண்ட பிசிராந்தை யார் மன்னனிடம் சென்றார்; அஞ்சாமல் அரச நீதியை எடுத்துக்காட்டினார்; அவன் செய்கையைத் தடுத்தார்.

விளைந்த நெல்லை அறுத்துக் கொண்டு வந்து கவளம் கவளமாகச் சேதப்படாமல் உண்டால், ஒரு மாவுக்கும் குறைந்த நிலத்திலே அறுத்த கதிர் பல நாட்களுக்கு உணவாகும். நூறு வயல்களிலே நெல் விளைந்திருந்தாலும் சரி, ஒரு யானை தனியாக அவ்வயல்களிலே புகுந்து நெற்கதிரை உண்ணுமானால் வீண் சேதமாகும். அதன் வாயில் புகுந்த நெல்லை விட, அதன் காலால் பாழாகும் நெல்லே மிகுதியாக இருக்கும். அதைப் போல, அறிவுள்ள வேந்தன் வரி வாங்கும் முறையை உணர்ந்திருக்க வேண்டும். மக்கள் மனங் கோணாதபடி வரி வாங்க வேண்டும். இவ்வாறு வரி வாங்கினால் அவனுடைய நாடு கோடிக்கணக்கான பொருளைக் கொடுக்கும்; அந்நாடும் சிறப்படையும்; செழிப்படையும். இவ்வாறில்லாமல் அரசன் அறிவிலே

குறைந்தவனாகி, தான் கூறுவது தவறானாலும், அதையே சரியென்று சொல்லும் சுற்றத்துடன் கூடியிருப் பானாயின் அவன் வரி கொள்ளும் முறையை அறிய மாட்டான்; குடிமக்களின் அன்பு அழியும்படி- அவர்கள் வெறுக்கும்படி அவர்களிடம், வரியென்னும் பேரால் பொருள்களை வலிந்து கொள்வான். இவ்வாறு வரி வாங்குவானாயின், அம் மன்னன், யானை புகுந்த வயலைப் போலத் தானும் உண்டு இன்புற மாட்டான்; அவனால் ஆளப்படும் நாடும் நாசம் உறும்.

காயநெல் அறுத்துக் கவளம் கொளினே
மாநிறைவு இல்லதும் பன்னாட்கு ஆகும்;
நூறுசெறு ஆயினும் தமித்துப்புக்கு உணினே
வாய்புகு வதனினும் கால்பெரிது கெடுக்கும்;
அறிவுடை வேந்தன் நெறி அறிந்து கொளினே
கோடி யாத்து நாடுபெரிதும் நந்தும்;
மெல்லியன் கிழவன் ஆகி, வைகலும்
வரிசை அறியாக் கல்என் சுற்றமொடு
பரிவுதப எடுக்கும் பிண்டம் நச்சின்
யானை புக்க புலம்போலத்
தானும் உண்ணான்; உலகமும் கெடுமே.

இதுவே பிசிராந்தையார், பாண்டியன் அறிவுடை நம்பிக்குக் கூறிய அறிவுரை. அளவுக்குமேல் வரி வாங்குவதனால் வரும் இன்னலைப் பற்றி இதற்குமேல் விளக்கிக் கூற இயலாது. இது புறநானூற்றின் 184- வது பாடல். இப்பாடற் கருத்தை அப்படியே சிந்தாமணி ஆசிரியர் அமைத்துப் பாடியிருக்கின்றார்;

வாய்க்குப் போதுமான கவளம் அகப்படும்; வீண் சேதமும் உண்டாகாது; முறைப்படி அறுத்துக்கொண்டு வந்த நெல்லை ஒவ்வொரு நாளும் கவளமாக உண்பித்தால் இந்நிலை ஏற்படும். யானையே வயலில் புகுந்து மேயத் தொடங்கினால், விளைந்திருக்கும் கதிர் அதன் வாயில் புகாமல் வீணாக அழியும். ஆதலால் அரசன் அறிவில் சிறந்தவனாய், குடிகளின் நெஞ்சம் துன்புறாமல் வரி வாங்குவானாயின் அவன் இன்பம் அடைவான்; அவன் ஆளும் நீர்வளம் நிறைந்த நாடு முழுவதும் செல்வம் நிலையாகப் பெருகி நிற்கும்.

வாய்ப்படும் கேடும் இன்றாம்,
வரிசையின் அறிந்து, நாளும்
காய்த்தநெல் கவளம் தீற்றின்;
களிறுதான், கழனி மேயின்,
வாய்ப்படல் இன்றிப் பொன்றும்,
வல்லனாய் மன்னன் கொள்ளின்
நீத்தநீர் ஞாலம் எல்லாம்
நிதிநின்று சுரக்கும் அன்றே.

(சீவக சிந்தாமணி. 2907)

இதுவே சிந்தாமணிச் செய்யுள். இதுவும், அளவுக்கு மேல் வரிவாங்கும் அரசு நிலைக்காது; குடிகளின் நிலையறிந்து குறைந்த அளவில் வரி வாங்கும் அரசுதான் வாழும்; இத்தகைய ஆட்சியுள்ள நாடுதான் செழிக்கும் என்று கூறிற்று.

திருவள்ளுவரும் மக்கள் தலையிலே வரியைச் சுமத்துவதை ஒத்துக்கொள்ளவில்லை. குடிமக்கள் தலையிலே வரியைச் சுமத்தாமல் வேறு வகையிலே அரசன் பொருள் தேட வேண்டும் என்றே கூறுகின்றார்.

பொருளுக்கு உரியவர் யாரும் இல்லாமல் விடப்பட்ட செல்வம், நீர் வழியாகவும் நிலத்தின் வழியாகவும் வேற்று நாடுகளிலிருந்து இறக்குமதியாகும் பொருள்களுக்கு விதிக்கப் படும் வரி, தன் பகைவர்களிடமிருந்து கப்பமாக வாங்கப்படும் பொருள் இவைகள் தாம் அரசனுக்கு உரிய செல்வம்.

உறுபொருளும், உல்கு பொருளும், ஒன்னார்த்
தெறுபொருளும் வேந்தன் பொருள். *(கு. 756)*

இது வள்ளுவர் காட்டும் வழியாகும். இக் குறளும் மக்களிடம் நேர்முகமாக வரி வாங்கும் கொள்கையை ஒப்புக் கொள்ள வில்லை.

இயற்றலும், ஈட்டலும், காத்தலும் காத்த
வகுத்தலும் வல்லது அரசு *(கு. 385)*

என்ற குறளிலும் நேர்முகமாக மக்களிடம் வரி வாங்கும்படி சொல்லவில்லை. தனக்குப் பொருள் வரும் வழிகளை மேலும் மேலும் உண்டாக்குதல்; அவ்வாறு வந்த பொருளை ஓரிடத்திலே சேர்த்து வைத்தல்; சேர்த்த பொருளைப் பிறர் கவராமல் பாதுகாத்தல்; காத்த பொருளை அறம், பொருள், இன்பங்களுக்காகச் செலவழித்தல் ஆகிய இவைகளில் வல்லவனே அரசன் ஆவான். இதுவே இக் குறளின் பொருள்.

இயற்றல் என்பதற்குப் பரிமேலழகர் கொடுத்திருக்கும் விளக்கம் குறிப்பிடத்தக்கது. பொருள்களாவன: மணி, பொன், நெல் முதலாயின. அவை வரும் வழிகளாவன: பகைவரை அழித்தலும், திறை கோடலும், தன் நாடு தலையளித்தலும் முதலாயின. இவ் விளக்கத்திலும், பொது மக்கள் தலையிலே வரியைச் சுமத்தும் செயல் ஒதுக்கப்பட்டுள்ளது.

அரசனோ, பொதுமக்கள் ஆட்சியோ, எடுத்தவுடனே மக்களின் மேல் அளவுக்கு மீறிய வரி போட்டுப் பொருள் சேர்க்கும் முறையைப் பின்பற்றுவது அறமன்று. இவ்வுண்மையை மேற்கூறியவைகளால் அறியலாம். அறிஞர்கள் மக்கள்மேல் அதிக வரி போடுவதை எதிர்த்துவந்தனர் என்பதையும் காணலாம்.

பொதுமக்கள் ஆதரவு

முடி அரசாயினும் சரி, குடி அரசாயினும் சரி, பொது மக்களின் ஆதரவைப் பெற்ற அரசுதான் நிலைத்துநிற்கும்; எல்லா மக்களும் நல்வாழ்வு பெறத் திட்டம் வகுத்து, அதனை நன்றாக நடத்திவைப்பதே ஆட்சியின் கடமை. சாதி, மத, இன, மொழி வேற்றுமை பாராட்டாமல் அனைவர்க்கும் ஒத்த நீதி வழங்குவதே ஆளுவோர் கடமை. இத்தகைய ஆட்சியே செங்கோல் ஆட்சி, மக்கள் ஆட்சி, ஜனநாயக ஆட்சி என்று சொல்லப்படும்.

படை பலத்தையும், அதிகார உரிமையையும் காட்டி மக்களை அடக்கி ஆண்டுவிட முடியாது; நல்லாட்சிக்கு நாட்டு மக்கள் அனைவரும் அடங்கி நடப்பார்கள்; நல்லாட்சியை எதிர்த்துக் கவிழ்க்க எவராலும் ஆகாது. இந்த உண்மையை மறந்த ஆட்சி எதுவாயினும் அதற்கு ஆயுள் அற்பந்தான்.

இந்த இயற்கை உண்மையைப் பண்டைக் காலத்தமிழ் அறிஞர்கள் அரசர்களுக்கு அடிக்கடி எடுத்துக்காட்டி வந்தனர்; மன்னர்களின் ஆட்சி, கொடுங்கோல் ஆட்சியாக மாறாமல் இருப்பதற்கு அவர்களால் ஆனவரையில் அரும்பாடுபட்டு வந்தனர்.

பாண்டியன் இலவந்திகைப் பள்ளித் துஞ்சிய நன்மாறன் என்பவன் ஒரு பாண்டிய மன்னன். அவனுக்கு, மதுரை மருதன் இளநாகனார் என்ற புலவர் அறிவுரை கூறுவதாக ஒரு செய்யுள் புறநானூற்றில் காணப்படுகின்றது. அச் செய்யுளில் காணப்படும் அரசியல் உண்மை எக்காலத்திற்கும் ஏற்றதாகும்.

கடுமையான கோபத்தையும், கொல்லுந் தன்மையும் உள்ள யானைப்படையிருந்தால் என்ன? விரைந்து செல்லும் நெஞ்சுரம் உள்ள குதிரைப்படையிருந்தால் என்ன? நீண்ட கொடியை உடைய உயர்ந்த தேர்ப்படை இருந்தால் என்ன? அஞ்சாத நெஞ்சும் உள்ள போரை விரும்புகின்ற வீரர்கள் நிறைந்த காலாட்படை இருந்தால் என்ன? இவைகள் எவ்வளவு சிறந்திருந்தாலும் அதனால் ஆட்சிக்குப் பெருமையில்லை. படை பலத்தால் மட்டும் வெற்றி பெற்றுவிட முடியாது. அறநெறி தவறாமையே ஆட்சிக்கு அடிப்படையாகும்; அதுவே அரசர்க்கு வெற்றி தருவதாகும்.

கடும் சினத்த கொல்களிறும்,
கதழ் பரிய கலிமாவும்,
நெடும் கொடிய நிமிர்தேரும்,
நெஞ்சுடைய புகல் மறவரும், என,
நான்குடன் மாண்டது ஆயினும், மாண்ட
அறநெறி முதற்றே அரசின் கொற்றம். *(புறம், 55)*

இதுதான் மதுரை மருதன் இளநாகனார் அரசனுக்கு உரைத்த அறவுரை. இது பழந்தமிழ் மக்களின் அரசியல் அறிவை எடுத்துக்காட்டுகின்றதன்றோ?

பதிற்றுப்பத்தின் ஒன்பதாம் பத்தைப் பாடிய புலவர் பெருங்குன்றூர்க் கிழார். குடக்கோ இளஞ்சேரல் இரும்பொறையின் மேல் பாடப்பட்டது இந்த ஒன்பதாம் பத்து. இதில், சேரனுக்கு அப்புலவர் கூறும் அரசியல் அறிவுரை குறிப்பிடத் தக்கது.

மிகுந்த வேற்படைகளையுடைய இரும்பொறையே! உன்னுடைய செங்கோல் முறையைக் கண்டு மகிழ்ந்து, ஒவ்வொரு நாளும் உனது நாட்டினர் உன் மேல் அன்பு மிகுந்து உன்னை வணங்கிப் பாராட்டுவார்களாக! உயர்ந்த இவ்வுலகில் உள்ள சான்றோர்கள் உன்னைப் போற்றுவார்களாக! அரசியலிலே எத்தகைய தவறும் ஏற்படாமல் பாதுகாப்பாயாக! உனக்கு நாட்டு மக்களின் அன்பும் ஆதரவும் இருப்பதனால், உன் பகைவருடன் செய்யும் போரிலே நீ வெற்றி பெறுவாயாக! நீயும் நீண்ட நாள் நோயின்றி- எத்தகைய துன்பமும் இன்றி - வாழ்வாயாக!

பல்வேல் இரும்பொறை! நின்கோல் செம்மையின்
நாளின் நாளின் நாடுதொழுது ஏத்த,
உயர்நிலை உலகத்து உயர்ந்தோர் பரவ,
அரசியல் பிழையாது, செருமேந் தோன்றி,
நோயிலை ஆகியர் நீயே. *(பதிற்றுப்பத்து. 89)*

இப்பதிற்றுப்பத்துப் பாடலும் நாட்டு மக்கள் ஆதரவும் அன்பும் பெற்ற அரசனே நிலைத்து வாழ முடியும் என்று கூறிற்று. நாளின் நாளின் நாடு தொழுது ஏத்த என்ற வரியில் அமைந்த ஆழமான பொருள், என்றும் அழியாத உண்மையாகும்.

குடிகளின் ஆதரவைப் பெற்ற அரசன்தான் நிலைத்து வாழ முடியும் என்ற கருத்தை வள்ளுவரும் வலியுறுத்துகின்றார்:

தனது நாட்டுக் குடிமக்களின் கருத்தைத் தழுவி, செங்கோல் நடத்தும் அரசனது அடியை உலகம் ஆதரித்து நிற்கும்.

குடிதழீஇக் கோல் ஓச்சும் மாநில மன்னன்
அடிதழீஇ நிற்கும் உலகு. *(கு. 544)*

இக்குறள் குடிமக்களின் கருத்தைத் தழுவி ஆளுவதே சிறந்த ஆட்சியென்பதை எடுத்துக்காட்டிற்று.

அரசனுக்குப் போரிலே வெற்றி தருவது அவனுடைய வேற்படை அன்று. அவனுடைய செங்கோல் தான் வெற்றி தரும்; அதுவும் சிறிதும் வளையாமல் இருக்க வேண்டும்.

வேல் அன்று வென்றி தருவது, மன்னவன்
கோல்; அதூஉம் கோடாது எனின். *(கு. 546)*

இக்குறள், அரசனுக்கு வெற்றியளிப்பது அவனுடைய செங்கோல் தான்; படை வலிமையால் மட்டும் பயன் இல்லை என்று கூறிற்று.

குடிமக்களைத் தழுவி நடக்காத அரசுக்கு வெற்றியில்லை; எவ்வளவு ஆயுத பலம் படைத்திருந்தாலும் கொடுங்கோல் அரசுக்குக் கொற்றமில்லை; வாழ்வும் இல்லை. இக் கருத்தையே மேலே காட்டிய இரண்டு குறள்களும் வலியுறுத்துகின்றன.

பண்டைத் தமிழ்ப் புலவர்களிலே பலர் சிறந்த அரசியல் அறிஞர்களாக இருந்தனர் என்பதை அவர்கள் பாடல்கள் காட்டுகின்றன. அவர்கள் நாட்டு மக்களின் நல்வாழ்வைக் கருத்தில் கொண்டிருந்தனர். அடிக்கடி அரசர்களுக்கு அரசியல் நீதிகளை அஞ்சாமல் எடுத்துரைத்து வந்தனர்.

அரசர்கள் எவ்வளவு வலிமையுள்ளவர்களாக இருந்தாலும், அறிவுள்ளவர்களாக இருந்தாலும் அவர்கள் சான்றோரைத் துணையாகக் கொண்டிருக்க வேண்டும். அவர்கள் சொல்வழி ஆட்சி புரியவேண்டும் என்றும் வலியுறுத்தி வந்தனர்.

தம்மைக்காட்டிலும் கல்வியறிவுகளிலே சிறந்த பெரியோர்களைத் தமக்குத் துணையாகக் கொள்ள வேண்டும்; அப்பெரியோர்கள் காட்டும் வழியிலே நடக்க வேண்டும்; இதுவே அரசர்களுக்கு எல்லா வலிமைகளிலும் சிறந்த வலிமையாகும்.

தம்மின் பெரியார் தமரா ஒழுகுதல்
வன்மையுள் எல்லாம் தலை. *(கு. 444)*

தான் தவறு செய்யும்போது சிறிதும் அஞ்சாமல், கண்டித்துப் புத்தி புகட்டுவோரைத் துணையாகக் கொள்ளாத வேந்தன் சிறிதும் பாதுகாப்பற்றவன்; அவனைக் கெடுப்பதற்குப் பகைவர் களே வேண்டாம், அவனே அழிந்து போவான்.

இடிப்பாரை இல்லாத ஏமரா மன்னன்
கெடுப்பார் இலானும் கெடும். *(கு. 448)*

மேலே கூறியவைகளைக் கொண்டு பண்டைப் புலவர்கள் அரசர்களுக்கு வலியுறுத்தி வந்த கருத்துக்களைக் காணலாம்.

படைபலத்தைக் காட்டி மன்னர்கள் மக்களை அச்சுறுத்தித் தங்கள் விருப்பப்படி ஆள முடியாது. மக்கள் ஆட்சியினர் குடிமக்களுக்கு எந்த நன்மையும் செய்யாமல் மக்களாட்சி- குடிமக்கள் ஆட்சி- ஜனநாயக ஆட்சி- சுய ஆட்சி என்ற சொற் களைக் கூறிக்கொண்டு ஏமாற்ற முடியாது. நாட்டு மக்களின் ஒத்துழைப்பைப் பெறாமல் அரசாள முடியாது; ஆட்சியிலே நிலைக்க முடியாது. ஆட்சி பீடத்திலே அமர்ந்திருந்தாலும் நீடித்து வாழ முடியாது. இவ்வுண்மையைப் பழந்தமிழ் இலக்கியங்கள் தெளிவாகச் சொல்லியிருக்கின்றன.

குற்றமும் தண்டனையும்

குற்றங்கள் குறையும் வழி

தந்நலத்தையே குறிக்கோளாகக் கொண்ட மனிதர்கள் எதையும் செய்யத் துணிவார்கள்; அவர்கள் பழி பாவங்களுக்குப் பயப்பட மாட்டார்கள். பிறரைப் பற்றிச் சிறிதும் கவலைப் படாமல் தாம் மட்டும் வாழ வேண்டும் என்று நினைப்பதுதான் தந்நலமாகும். ஏனையோரிடம் இரக்கங் காட்டாத இத்தகைய மனிதர்களே பெரிய குற்றவாளிகள்; மனித சமூகத்திற்குத் தீராத நோயாளிகள். இந்த நோயைப் போக்கத் தகுந்த மருந்து கொடுத்தாக வேண்டும்; இந்தக் குற்றவாளிகளைச் சீர்திருத்தம் செய்தாக வேண்டும். திருந்தாத கொடிய குற்றவாளிகளுக்குக் கடுந் தண்டனை கொடுத்தாக வேண்டும்.

மனித சமுதாயத்தில் குற்றங்கள் பெருகாமல் குறைய வேண்டுமானால் குற்றவாளிகளுக்குக் கொடிய தண்டனைகள் கொடுத்தாக வேண்டும்; பெரும் குற்றம் புரிவோரைக் கடுமையாகத் தண்டிப்பதிலே தவறில்லை. குற்றம் புரிகின்றவர் சிலர்; குற்றம் புரியாதவர்கள் பலர். சிலர் செய்யும் பிழைகளால்-குற்றங்களால்- கொடுமைகளால்- பலர் தீமையடைகின்றனர். பலர் நன்மைக் காகச் சிலரைத் துன்புறுத்துவது- தண்டிப்பது- இவைகளின் வாயிலாக அவர்களை நல்லவர்களாக்குவது- அறமாகும்; நீதியும் நேர்மையுமாகும். இதுவே பண்டும் இன்றும் உள்ள அரசியல் அறம்.

அரசாங்கத்தின் கடமை மக்கள் எல்லோரையும் மகிழ்ச்சி யுடன் வாழ வைப்பதாகும். பெரும்பாலான மக்களின் வாழ்வுக்கு ஒரு சிலர் தந்நல நோக்குடன் பாதகம் செய்வார்களானால் அவர்களை விட்டு வைப்பது தவறு; செங்கோல்முறையாகாது. சமுதாயத்திற்கு இடையூறு செய்வோர், அமைதியான வாழ்க்கையின் அடிப்படையைத்

தகர்ப்போர் ஆவார்கள். அவர்களை அடக்குவது அறமுறையேதான். அடக்காமல் விட்டால் அவர்கள் மேலும் குற்றங்களையே செய்வார்கள். புதிய புதிய குற்றவாளிகளும் பிறந்து வளர்ந்து கொண்டே யிருப்பார்கள்.

இந்த உண்மையை நமது முன்னோர்கள் உணர்ந்திருந்தனர். ஆதலால் அவர்கள் குற்றம் புரிந்தோர்க்குக் கடுந் தண்டனைகள் கொடுத்து வந்தனர்.

பண்டைக் காலத்து அறநூல்களிலே இன்னின்ன குற்றங் களுக்கு இன்னின்ன தண்டனைகள் கொடுக்கவேண்டும் என்று எழுதப்பட்டுள்ளன. இக்காலத்தினர் சிலர் அந்த அறமுறைகளைப் பார்த்து எள்ளி நகையாடுகின்றனர். அவைகள் நாகரிகமற்ற காலத்தில் ஏற்பட்டவை; இக்காலத்திற்கு ஏலாதவை; கருணையற்ற கடுந்தண்டனை முறை மிருகத்தனமானது, மனிதத் தன்மைக்கு மாறானது என்று கூறுகின்றனர்.

குற்றம் புரிந்தால் தப்பித்துக் கொள்ள முடியாது; கடுந்தண்டனைக்கு ஆளாகியே தீர வேண்டும்; மக்கள் சமுதாயத்திற்குத் தீங்கிழைத்தால் மாறுகால், மாறுகை வாங்கப் படும்; உயிருக்கு ஆபத்துண்டாகும் அல்லது நமது செல்வம் பறிபோகும், அல்லது நாம் இந்த நாட்டை விட்டு வெளியேற்றப் படுவோம் என்ற அச்சம் மனித சமுதாயத்தில் நிலவ வேண்டும். அப்பொழுதுதான் குற்றம் புரிய நினைப்போர் தவறு செய்யத் துணிய மாட்டார்கள். குற்றங்களுக்கேற்பக் கடுமையான தண்டனைகள் கொடுப்பதன் வாயிலாகத்தான் குற்றவாளி களின் எண்ணிக்கையைக் குறைக்க முடியும். இந்த உண்மையை உள்ளத்திற்கொண்டுதான் முன்னோர் சிறு குற்றங்களுக்குக் கூடப் பெருந் தண்டனை கொடுத்து வந்தனர்.

பண்டைத் தமிழக வேந்தர்கள்- ஆட்சியாளர்கள்- பொது மக்கள் நலனையே குறிக்கோளாகக் கொண்டவர்கள். ஆதலால் அவர்கள் தவறு செய்வோர்க்குக் கடுமையான தண்டனைகளைத் தரப் பின்வாங்கவில்லை; இவ்வாறு செய்வதுதான் அரசநீதி- செங்கோல் முறை- நாட்டு மக்களை நல்வாழ்விலே வாழச் செய்யும் அறநெறி- என்பதை

மறவாதிருந்தனர். அறிஞர்களும், அறவோர்களும் இத்தகைய அரசுக்குத் துணை செய்தனர்.

ஒரு பசுங்கன்றைக் கொன்றதற்காகத் தன் மகன் உயிரையே வாங்கினான் ஒரு தமிழ் மன்னன். இரவிலே அந்தணர்கள் வீட்டுக் கதவுகளைக் கையால் தட்டிய பாண்டிய மன்னவன் ஒருவன் அக்குற்றத்திற்காகத் தன் கையையே துண்டித்துக் கொண்டான். இவைகள் கடுந் தண்டனைக்குக் காட்டாக வழங்கும் கதைகள்.

ஒறுக்கும் முறை

குற்றமற்றவர்களைத் தண்டிப்பதுதான் கொடுங் கோன்மை; குற்றமுள்ளவர்களை ஒறுப்பது ஒழுங்குமுறை தான். குற்றவாளிகள் என்று குற்றம் சாட்டப்பட்டவர்களைப் பற்றி நன்றாக ஆராயவேண்டும். அவர்கள் குற்றவாளிகள் தாம் என்று மெய்ப்பிக்கப்பட்ட பின்னர், அவர்கள் புரிந்த குற்றத்திற்கு ஏற்ற தண்டனை வழங்க வேண்டும். இவ்வாறே பண்டைத் தமிழ் இலக்கியங்கள் இயம்புகின்றன.

நீமெய் கண்ட தீமை காணின்
ஒப்ப நாடி அத்தக ஒருத்தி

என்பது புறநானூற்றின் 10-வது பாடல்.

நீ மெய்யாக மனத்தான் ஆராய்ந்து அறுதியிடப் பட்ட கொடுமையை ஒருவன்பால் காணின், அதனை நீதி நூற்குத் தக ஆராய்ந்து, அத் தீமைக்குத் தகத் தண்டஞ் செய்வை

என்பது இவ்வடிகளின் பழைய உரை. சிறிதும் கண்ணோட்டம் செய்யாமல் தீமைக்குத் தகுந்தவாறு ஒறுக்க வேண்டும் என்பதை இப்பாடல் எடுத்துக்காட்டிற்று.

கண்ணோட்டம் இன்றிக் குற்றத்துக்குத் தக்கவாறு தண்டனை தரவேண்டும் என்பதை வள்ளுவரும் வலியுறுத்துகின்றார்.

ஓர்ந்துகண் ணோடாது இறைபுரிந்து யார்மாட்டும்
தேர்ந்துசெய் வஃதே முறை

என்பது திருக்குறள், *541.*

தன்கீழ் வாழ்வார் குற்றம் செய்தால் அக்குற்றத்தை நாடி, யாவர் மாட்டும் கண்ணோடாது நடுவுநிலைமையைப் பொருந்தி அக்குற்றத்திற்குச் சொல்லிய தண்டத்தை நூலோரோடும் ஆராய்ந்து அவ்வளவிற்றாகச் செய்வதே முறையாம்

என்பது இத் திருக்குறளுக்குப் பரிமேலழகர் கூறிய உரை.

இங்கே எடுத்துக்காட்டிய புறநூனூற்றுப் பாட்டின் பகுதியும், திருக்குறளும், பழந் தமிழர்களின் நீதிமுறையை விளக்கின. ஒருவன் குற்றவாளிதானா என்பதை நன்றாக ஆராய்ந்து தெளியவேண்டும். அவன் உண்மையான குற்றவாளி யானால், அறநூல் விதியின்படி அவனுக்குத் தண்டனை கொடுக்க வேண்டும். குற்றவாளி யாராயிருந்தாலும் சரி; நண்பன், உறவினன் அல்லது பகைவன் என்று கருதாமல், குற்றத்திற்குத் தக்கபடி தண்டிக்க வேண்டும். இதுவே மனித சமுதாயத்தில் குற்றங்கள் வளராமல் தடுக்கும் வழியாகும். இதுவே நீதி முறையாகும். தண்டனை தருவதிலே சிறிதும் நடுநிலை தவறக்கூடாது என்பதை இப்பாடல்கள் வலியுறுத்துகின்றன.

கொலைத் தண்டனை

கொலைத் தண்டனையே கூடாது என்று கூறுவோர் உண்டு. நாகரிகம் பெற்ற மக்கள் சமுதாயத்தில் கொலைத் தண்டனையைப் பின்பற்றுவது அநாகரிகம்; கொலைத் தண்டனை விதிக்கப்பட்டவர், பின்னர், குற்றமற்றவர் என்று மெய்ப்பிக்கப்பட்டால், அவரைத் திருப்பிக் கொண்டுவர முடியாது; ஆதலால் கொலைத் தண்டனை கூடாது. கொலைத் தண்டனையை மறுப்போர் கூறும் கருத்துக் களில் இதுவே முதன்மையானது.

கொலையாளிகள் உயிர்வாழ இடங்கொடுத்தால், மேலும் மேலும் கொலைக் குற்றம் பெருகிக் கொண்டே வரும்; கொலையாளிகள் தொகையும் வளர்ந்து வரும்; கொலைக் குற்றத்திற்குக் கொலைத் தண்டனை கொடுத்தால்தான் கொலைக் குற்றங்களைத் தடுக்க முடியும் என்பதே கொலைத்

தண்டனை கொடுக்கும் முறையை மாற்றக்கூடாது என்போர் கூறும் கருத்துக்களில் முதன்மையானது.

குற்றம் சுமத்தப்பட்டவர்கள் உண்மையான குற்றவாளியா? அல்லவா? என்பதைக் கண்டுபிடித்தாக வேண்டும். இத்தகைய திறமை படைத்தவர்கள் கையில்தான் அந்த அதிகாரம் ஒப்படைக்கப்பட வேண்டும்; நேர்மையும் நுண்ணறிவும் படைத்தவர்கள் அறங்கூறும் அவையங்களிலே அமர்ந்து நீதி வழங்க வேண்டும். இந்த முறை ஒழுங்காகப் பின்பற்றப்பட்டால் குற்றமற்றவர்கள் குற்றவாளிகளாக ஆக்கப்பட மாட்டார்கள். ஆதலால் குற்றமற்றவர்கள், குற்றவாளிகளாகக் கருதப்பட்டுத் தண்டனைக்கு ஆளாவார்கள் என்று வைத்துக்கொண்டு, கொலைத் தண்டனையே கூடாது என்பது பொருந்தாது.

கொலைத் தண்டனை இருக்கவேண்டும் என்பதுதான் முன்னோர்கள் கருத்து; அறநெறிக்கு அடங்கி வாழ்ந்த ஆன்றோர்கள் முடிவு; தெய்வத்திற்கும் அநீதிக்கும் அஞ்சி வாழ்ந்த பண்டைய அறிஞர்களின் கருத்து. இன்றைய உலக அறிஞர்களில் பெரும்பாலோர் கொலைத் தண்டனை முறையை ஆதரிப்பவர்கள் என்பதிலே ஐயம் இல்லை.

பழந்தமிழர் அரசியலிலே கொலைத் தண்டனை கையாளப் பட்டு வந்தது. நாட்டு மக்களின் நல்வாழ்வுக்காக, அரசாங்கங்கள் கடும் குற்றம் புரிந்தோர்க்குக் கொலைத் தண்டனை கொடுக்கப் பின்வாங்கவில்லை. இந்த உண்மையைத் திருவள்ளுவர் தெளிவாக உரைக்கின்றார்.

கொலையின் கொடியாரை வேந்துஒறுத்தல் பைங்கூழ்
களைகட்டதனொடு நேர்.

என்பது திருக்குறள், 550.

அரசன் கொடியவர்களைக் கொலையான் ஒறுத்துத் தக்கோரைக் காத்தல் உழவன் களையைக் களைந்து பைங்கூழைக் காத்ததனோடு ஒக்கும்

என்பது பரிமேலழகர் தரும் உரை.

கொடியவர் என்றது தீக்கொளுவுவார், நஞ்சிடுவார், கருவியில் கொல்வார், கள்வர், ஆறலைப்பார், சூறை கொள்வார், பிறன்இல் விழைவார், என்றிவர் முதலா யினாரை; இவரை வடநூலார் ஆததாயிகள் என்ப. இப்பெற்றியாரைக் கண்ணோடிக் கொல்லா வழிப் புற்களைக்கு அஞ்சா நின்ற பைங்கூழ் போன்று நலிவு பல எய்தி உலகு இடர்ப் படுதலின், கோறலும் அரசர்க்குச் சாதி தருமம் என்பதாயிற்று.

இது கொடியார் என்பதற்குப் பரிமேலழகர் கொடுத் திருக்கும் விளக்கம்.

தீயிட்டு உடைமைகளையும் உயிர்களையும், பாழ் பண்ணுவோர், நஞ்சிட்டுக் கொலை செய்வோர், ஆயுதங்களால் கொலை செய்வோர், திருடுவோர், வழிப்பறி செய்வோர், கூட்டமாக வந்து கொள்ளையடிப்போர், பிறன் மனையாளை விழைவோர்- இவர்களுக்கெல்லாம் கொலைத் தண்டனை விதிக்க வேண்டும் என்பது வள்ளுவர் கருத்தென்று பரிமேலழகர் விளக்கிக் கூறியிருக்கின்றார்.

பண்டைக் காலத்தில், மேற்கண்ட குற்றவாளிகளுக்குக் கொலைத் தண்டனை கொடுக்கும் வழக்கம் இருந்தது. அத்தகைய குற்றவாளிகள் சமுதாயக் கட்டுப்பாட்டையும், வாழ்வையும், நிலைகுலைப்போர் ஆவர்; ஆகையால், அவர்கள் கூட்டம் ஒழிய வேண்டுமானால் கொலைத் தண்டனை கொடுப்பதுதான் செங்கோன்மை என்று கருதினர்.

இன்றைய அறிஞர்கள் சிலர், திருவள்ளுவர் கொலைத் தண்டனைக்கு இணங்காதவர்; ஆதலால் இக்குறளுக்குப் பரிமேலழகர் சொல்லும் உரை பொருந்தாது என்று கூறு கின்றனர். இவர்கள், பைங்கூழ்களை கட்டதனொடு நேர் என்று வள்ளுவர் கொடுத்திருக்கும் உதாரணத்தை மறந்து விடுகின்றனர். கொடியாரைக் கொலையின் ஒறுத்தல் தான் அறம் என்பதற்கு ஏற்ற உதாரணம் பயிருக்குக் களையெடுத்தல் என்பதாகும்.

பயிர் நன்றாக வளர்ந்து பலன் தரவேண்டுமானால், அதன் இடையிலே முளைத்த களையை அடியோடு பிடுங்கியெறிய வேண்டும். அப்பொழுதுதான் பயிர் வளரும். களையை அடியோடு பிடுங்கி வீசாமல் அதன் தலையை மட்டும்

அறுத்து விடுவார் யாரும் இல்லை. சமுதாயம் நன்றாக வாழவேண்டு மானால் சமூகத் தீங்கிழைப்போரை மனித சமுதாயத்திலே வாழ விடாமல் களைந்தெறிய வேண்டும். அவர்களை அழிக்க வேண்டும். அவர்களுக்குக் கொலைத் தண்டனை கொடுப்பது தான் ஒழுங்கு முறை. இதுவேதான் வள்ளுவர் கருத்து. இக்கருத்தைத்தான் பரிமேலழகர் தெளிவாக விளக்கிக் கூறியுள்ளார்.

இதனால், கடுங் குற்றவாளிக்குக் கொலைத் தண்டனை யளிப்பதுதான் செங்கோன்மையாகும் என்பதே பழந்தமிழர் கொள்கையென்பதைக் காணலாம்.

திருட்டுக் குற்றத்துக்குக்கூடக் கொலைத் தண்டனை கொடுப்பதைத் தமிழர்கள் அரசியல் நீதியாகக் கொண்டிருந்தனர். இதற்குச் சிலப்பதிகாரமும் ஒரு சிறந்த உதாரணமாகும்.

கண்ணகி, பாண்டியன் நெடுஞ்செழியனிடம் வழக்காடச் சென்றாள். அவள் தன்னைக் கொலைக்களப் பட்ட கோவலன் மனைவி என்று அறிமுகம் செய்து கொண்டாள். அப்பொழுது நெடுஞ்செழியன்,

கள்வனைக் கோறல் கடுங்கோல் அன்று
வெள்வேல் கொற்றம் காண்

என்று கூறினான். திருட்டுக் குற்றத்துக்குக் கொலைத் தண்டனை கொடுப்பதே அரச நீதி; பழங்காலத்தில் திருடர்களுக்கும் கொலைத் தண்டனை கொடுத்து வந்தனர் என்ற உண்மையையே இவ்வடிகள் காட்டுகின்றன.

பாண்டியன் நெடுஞ்செழியன், கோவலன் குற்றவாளி தானா என்பதை ஆராய்ந்து பார்க்கவில்லை; பொற்கொல்லன் பேச்சை நம்பித் தண்டனை கொடுத்து விட்டான். இதுதான் பாண்டியன் செய்த பெரும் தவறு. திருட்டுக் குற்றத்துக்குக் கொலைத் தண்டனையளித்தல் அரசநீதி என்பதைச் சிலப்பதிகாரம் ஏற்றுக் கொள்ளுகிறது; திருடர்கள் கூட்டம் வளராதிருக்கவே- அவர்களால் மக்கள் சமுதாயத்திற்கு ஏற்படும் தீமைகளைத் தடுக்கவே- அவர்களுக்கு அரசாங்கம்

கொலைத் தண்டனை வழங்கி வந்தது. சிலப்பதிகார காலத்தில் இவ்வழக்கம் நடைமுறையில் இருந்தது.

கொலைத் தண்டனைக்கு உரியவர்கள்

தீக்கொளுவுவார், நஞ்சிடுவார், கருவியில் கொல்வார், கள்வர், ஆறலைப்பார், சூறை கொள்வார், பிறன் இல் விழைவார் என்று இவர் முதலாயினார் கொலைத் தண்டனைக்கு உரியவர்கள் என்று பரிமேலழகர் கூறினார். அவர் காலத்துக்கு முன்னிருந்த இளங்கோவடிகள், கொலைத் தண்டனைக்கு உரியார் இன்னார் என்று கூறுவதும் குறிப்பிடத்தக்கது.

தவம் மறைந்து ஒழுகும் தன்மையி லாளர்;
அவம் மறைந்து ஒழுகும் அலவல் பெண்டிர்;
அறைபோகு அமைச்சர்; பிறர்மனை நயப்போர்
பொய்க்கரி யாளர்; புறம்கூற் றாளர்; என்
கைக்கொள் பாசத்துக் கைப்படு வோர்; எனக்
காதம் நான்கும் கடும்குரல் எடுப்பிப்
பூதம் புடைத்து உணும் பூத சதுக்கமும்

என்பது சிலப்பதிகாரம்; இளங்கோ தரும் நீதி.

தம்மைப் பிறர் நம்புவதற்குத் தவவேடத்தில் மறைந்து நின்று, அத்தவத்திற்கு மாறான வழியில் நடக்கும் பொய் வேடத்தார்; தம்மைத் தம் கணவர் நம்பும்படி பொய்யொழுக் கத்தில் மறைந்து நின்று ஒழுகும் வீணாண மகளிர்; தம்மை நம்பி, தம் கையில் பொறுப்பை ஒப்படைத்திருக்கும் அரசரைக் கவிழ்க்கச் சூழ்ச்சி செய்யும் அமைச்சர்கள்; தமது மனைவியர் வீட்டிலே தனித்திருக்க விட்டு, பிறர் மனையிலே தனித்திருக்கும் பெண்டிரை விரும்பும் தூர்த்தர்கள்; தமது மனமறிந்த உண்மையை மறைத்து, நீதிமன்றத்திலேறிப் பொய்க்கரி புகல்வோர்; முன்னே நின்று புகழ்ந்து, பின்னே போய்ப் பழிச் சொற்களைக் கூறும் பழிகாரர்கள்- இவர்கள் எல்லாம் என் கையில் உள்ள பாசத்தில் அகப்படுவோர் என்று நான்கு திசைகளிலும் நான்கு காத தூரம் கேட்கும்படி கடுங்குரல் கொடுக்கும் ஒரு பூதம் மேற்கண்ட குற்றவாளிகளை அப் பூதம் தன் பாசத்தாற் பிணித்து நிலத்திலே மோதி அவர்கள் உயிரை உண்ணும். இத்தகைய பூதம் இருத்தலால் அவ்விடத்திற்குப் பூத சதுக்கம் என்று

பெயர். மேலே காட்டிய சிலப்பதிகார அடிகளில் அமைந்துள்ள பொருள் இதுதான்.

போலித் துறவிகள், கணவனை வஞ்சிக்கும் பெண்கள், அரசர்க்குக் கேடு சூழும் அமைச்சர், பிறர் மனைவியை விரும்பு வோர், பொய்க்கரி புகல்வோர், புறம் பேசுவோர்- இவர்கள் எல்லாரும் கொலைத் தண்டனைக்கு உரியவர்கள் என்று இதனாற் காணலாம்.

காவிரிப்பூம்பட்டினத்திலே இத்தகைய குற்றவாளிகளைப் பிடித்துக் கயிற்றிலே கட்டி, நிலத்திலே அடித்து உயிரைப் போக்கும் மன்றம் ஒன்று இருந்ததாம். இதன் பெயர் பூத சதுக்கம் என்பது; அங்கு நிற்கும் பூதமே இக்குற்றவாளிகளை இவ்வாறு செய்யுமாம்.

நான்கு தெருக்கள் கூடும் இடத்திற்குச் சந்தி என்று பெயர். ஊர் நடுவிலே, நாற்சந்தி கூடுமிடத்திலே, குற்றவாளிகளைக் கண்டறிந்து தண்டனை கொடுக்கும் மன்றம் ஒன்று இருந்தது. அந்த மன்றத்தின் தலைவர் குற்றவாளிகளைக் கண்டறிந்து அவர்களைக் கைப்படுப்பதிலே வல்லவர்; அவர் அக் குற்றவாளிகளுக்கு மேற்கூறியவாறு கயிற்றால் கட்டி நிலத்திலே அறைந்து கொல்லும் கடுந் தண்டனை கொடுத்து வந்தார். அந்த மன்றத்திலிருந்து மேற்கண்ட குற்றங்களுக்குக் கொலைத் தண்டனை கொடுக்கப்படும் என்று உரத்த குரலுடன் அறிவித்துக் கொண்டேயிருப்பார்கள்.

இந்த நீதி மன்றத்தைத்தான் பூத சதுக்கம் என்றும், தண்டனையை நிறைவேற்றும் காவலனைத்தான் பூதம் என்றும் சிலப்பதிகாரம் சித்திரிக்கின்றது. பூத சதுக்கத்திற்கு இவ்வாறு பொருள் கொள்ளுதல்தான் பொருத்தமாகும்.

மேலே காட்டிய திருக்குறள், சிலப்பதிகாரம் இரண்டினாலும் கொலைத் தண்டனைக்குரியவர்கள் யார் யார் என்பதைக் கண்டோம்.

1. தீயிடுவோர்; 2. உணவிலே நஞ்சிடுவோர்; 3. கருவியால் கொலை செய்வோர்; 4. கள்வர்; 5. வழியிலே செல்வோரைத் துன்புறுத்துவோர்; 6. கொள்ளைக் கூட்டத்தார்; 7. பொய்த் தவ வேடத்தார்; 8. கணவனை வஞ்சிக்கும் பெண்டிர்; 9.

அரசனுக்குக் கேடு சூழும் அமைச்சர்; 10. பிறர்மனை விரும்புவோர்; 11. பொய்க்கரி புகல்வோர்; 12. புறங்கூறுவோர்.

இந்தப் பன்னிரண்டு கும்பல்களைச் சேர்ந்தவர்களும் மனித சமுதாயத்திற்குத் தீங்கு செய்வோர்; சமுதாயக் கட்டுக் கோப்பைச் சீரழிப்போர். இவர்கள் கூட்டத்தைப் பெருக விடாமல் தடுத்தால்தான் மக்கள் மன அமைதியுடன் வாழ முடியும். இந்த உண்மையை முன்னோர்கள் உணர்ந்திருந்தனர். ஆதலால்தான், இவர்கள் எல்லாம் கொலைத் தண்டனைக்கு உரியவர்கள் என்று முடிவு செய்யப்பட்டனர்.

பொய்ச்சாட்சி புகல்வோர்க்கும் கொலைத் தண்டனை கொடுக்க வேண்டும் என்று சொல்லப்பட்டிருப்பது குறிப்பிடத் தக்கது. சில வழக்குகளில் குற்றவாளிகள் குற்ற மற்றவர்களாக விடுதலை செய்யப்படுகின்றனர்; குற்றமற்றவர்கள் குற்றவாளிகளாகத் தண்டிக்கப்படுகின்றனர். இதற்குச் சாட்சிகளே முதற் காரணமாவர். குற்றவாளிகளிலே, நீதியை அநீதியாக்கும் பெரும் குற்றவாளிகள் சாட்சிகள்தாம். ஆதலால்தான் பொய்ச்சாட்சி புகன்றோர்க்குக் கொலைத் தண்டனை கொடுத்து வந்தனர் முன்னோர். பழந்தமிழ் நூல்களில் கூறப்பட்டிருக்கும் கொலைத் தண்டனைக்குரியவர்கள் வரிசையைப் பார்த்தால் நமக்கு வியப்பைத் தருகின்றது. இவர்களிலே பலருக்குக் கொலைத் தண்டனை விதிக்க இக்காலத்தில் சட்டம் இல்லை. குறிப்பாக, கள்வர், வழிப்பறி செய்வோர், பொய் வேடத்தார், கணவனை வஞ்சிக்கும் காரிகையர், பிறர்மனை விரும்புவோர், பொய்க்கரி புகல்வோர், புறம் கூறுவோர் ஆகியோர்க்குக் கொலைத் தண்டனை விதிப்பதில்லை. இதுதான் இக்கால நீதியாக இருக்கின்றது.

இவர்களுக்கெல்லாம் கொலைத் தண்டனை கொடுக்க வேண்டும் என்று சொல்வோரைப் பரிகசிப்போர் சிலர் உண்டு. இன்னும் மக்களாட்சி நடைபெறும் சில நாடுகளிலே, அரசாங்க அலுவலிலே அமர்ந்துகொண்டு கையுறை (லஞ்சம்) வாங்கு வோர்க்குக் கொலைத் தண்டனையுண்டு; அரசாங்கத்தின் பணத்தை வீணாக்குவோர்க்குக் கொலைத் தண்டனை உண்டு. பல நாடுகளிலே இவர்கள் கொலைத் தண்டனைக்குரிய குற்றவாளிகளாகக் கருதப்படுவதில்லை.

குற்றங்களுக்குத் தண்டனை கொடுக்கும் பழங்கால நீதி முறைகளைக் கண்டு எள்ளி நகையாடுவதில் பயன் இல்லை; அத்தகைய கொடுந்தண்டனை கொடுத்ததன் கருத்தைத்தான் நாம் காணவேண்டும். இத்தகைய கொடுந் தண்டனைகளால் மனித சமுதாயத்துக்கு நன்மை ஏற்பட்டதா தீமை ஏற்பட்டதா என்பதைத்தான் நாம் எண்ணிப் பார்க்கவேண்டும்.

கடுந் தண்டனையின் வாயிலாகத்தான் குற்றங்களை ஒழிக்க முடியும்; கடுந்தண்டனை உண்டு என்றால்தான் குற்றவாளிகள் குற்றம் புரிய அஞ்சுவார்கள். இக்கருத்துடன் தான் கொலைத் தண்டனை போன்ற கொடுந் தண்டனைகளைக் கொடுத்து வந்தனர். இதனால் நல்லபலன் ஏற்பட்டது என்பதிலும் ஐயம் இல்லை.

குற்றம் புரிந்தோர், தப்பித்துக்கொள்ளுவதற்கு வழியும், வசதியும் இருந்தால் குற்றங்களைத் தடுக்க முடியாது; குற்றவாளிகள் பெருகிக்கொண்டுதான் இருப்பார்கள். குற்றவாளிகள் தப்பித்துக்கொள்ளுவதற்கு வழி வகுத்திருக்கும் அரசாங்கம், நாளடைவில், குற்றவாளிகள்- மனித சமுதாயத்தை மதிக்காதவர்கள்- மக்கள் வாழ்வுக்குக் கேடு சூழ்பவர்கள்- ஆகியோரின் செல்வாக்கிற்குக் கட்டுப்பட்டதாகவே ஆகிவிடும். இந்த நிலைமை வலுப்பெற்று வளர்ந்தால், தந்நலத்தையே குறிக்கோளாகக் கொண்ட குற்றவாளிகளே ஆளும் பதவிகளை அடைந்து விடுவார்கள். இத்தகைய நிலைமை ஏற்படுவதைத் தடுக்கத்தான் சமுதாயப் புல்லுருவிகளுக்குக் கடுந் தண்டனை விதிக்கும் முறையை முன்னோர்கள் அறநெறியாகக் கொண்டனர். இத்தகைய அறநெறியைத்தான் பண்டைத் தமிழ் மன்னர்களும் பின்பற்றினர்.

குற்றங்களுக்குத் தண்டனையளிப்பதிலே பழந்தமிழ் வேந்தர்கள் கைக்கொண்ட அறநெறி மிகச் சிறந்ததாகும். இதனை இக்கால அரசியல் வல்லுநர்கள் சிந்தித்துப் பார்ப்பார் களானால், குற்றங்களைத் தடுப்பதற்கு, முன்னோர் பின்பற்றிய தண்டனை முறைகள் தவறானவை அல்ல என்பதை ஒப்புக் கொள்ளுவார்கள்.

வேந்தர்களின் வாழ்க்கை முறை

பண்டைத் தமிழ் மன்னர்கள் எப்படி வாழ்ந்து வந்தனர்? ஒவ்வொரு நாளும் அவர்கள் செய்து வந்த செயல்கள் யாவை? நாட்டுக்கும் மக்களுக்கும் அவர்கள் செய்து வந்த பணிகள் எவை? இக் கேள்விகளுக்குப் பழந்தமிழ் இலக்கியங்கள் நமக்கு விடையளிக்கின்றன.

அரசர்களின் அன்றாட வேலைகள்

தமிழரசர்கள் அன்றாடம் செய்து வந்த வேலைகளைப் பற்றிப் புறநானூற்றுப் பாட்டு ஒன்று புகல்கின்றது. உறையூர் முதுகண்ணன் சாத்தனார் என்ற புலவர் பாட்டு அது. சோழன் நலங்கிள்ளி ஒவ்வொரு நாளும் செய்யும் வேலைகளைப் பற்றி அச்செய்யுளிலே கூறுகிறார் புலவர். பொதுவாக அரசர்களின் அன்றாட நடவடிக்கைகளை அறிந்து கொள்ள அச்செய்யுள் நமக்குத் துணை செய்கின்றது. இது புறநானூற்றின் 29- வது பாட்டு.

காலையிலே யாவரும் காணும்படி காட்சிக்கு எளியனாய் வீற்றிருப்பாய்! தலை மயிரிலே, பொன்னாலாகிய தாமரையையும் பொன் மாலையையும் அணிந்திருக்கும் பாணர்கள் கூட்டம் உன்னை முற்றுகையிடும். அவர்களுக்கு வேண்டுவன அளித்த பின்னர் அக்கூட்டம் நீங்குவதாக!

பின்னர், உனது மார்பால், உனது உரிமை மகளிரின் தோள்களைத் தழுவிக்கொண்டு சிறிதுபொழுது ஓய்வு எடுத்துக் கொள்வாயாக!

அதன் பின் சிறிதும் வெறுப்பதற்கு இடமில்லாத உனது கோயில் வாயிலிலே இனிதாக முரசொலிப்பதாக! தீயோரைத் தண்டிப்பாய்; நடுநிலையோர்க்கு இரங்கி உதவி செய்வாய். இவ்வாறு இடையறாமல் முறை செய்வதிலே சுறுசுறுப்புடன் இருப்பாய். நல்வினையால் நன்மையில்லை, தீவினையால்

தீமையும் இல்லை என்று வீண் வாதம் பேசுவோருடன் தொடர்பு கொள்ளாது ஒழிக!

உன்னுடைய படை வீரர்கள் இன்புற்று வாழும்படி அவர்களுக்கு நல்ல இருக்கையும், வேண்டும் பொருள்களும் அளிப்பாயாக!

உனது சுற்றத்தார் அனைவரும் வறுமையின்றி இன்பத்திலே திளைத்து வாழ்வார்களாக!

நீ தேடிப் பாதுகாத்த செல்வம், உனக்கு இவ்வுலகிலே அழியாத புகழை நிலைநிறுத்தும் வழியிலே செலவழிக!

இக்கருத்துக்கள் முதுகண்ணன் சாத்தனார் பாடலில் காணப்படுவன.

புறநானூற்றில் உள்ள 239- வது செய்யுளும், அரசர்களின் நடத்தையை அறியத் துணை செய்கின்றது. இச்செய்யுள் பேர் எயில் முறுவலார் என்னும் புலவர், நம்பி நெடுஞ்செழியன் என்னும் பாண்டியனைக் குறித்துப் பாடிய பாடலாகும். இப்பாண்டியன் குறுநில மன்னனாகக் காணப்படுகின்றான். இவனது வாழ்க்கையைப் பற்றிக் கூறியிருப்பதும், பொதுவாக மன்னர்களின் வாழ்க்கையை அறிவதற்கு உறுதுணையாகும்.

வளையல்களை அணிந்த மகளிரின் தோள்களைத் தழுவிக் கொண்டபின், மலர்ச் சோலைகளின் மலர்களைச் சூடி மகிழ்ந்தான்; குளிர்ந்த நறுமணச் சாந்தைப் பூசிக் கொண்டான்; பகைத்தவர்களை அடியோடு அழித்தான்; நண்பர்களைப் புகழ்ந்து பாராட்டினான்; இவர் நம்மினும் வலியவர் என்று எண்ணி யாருக்கும் வணக்கங் கூறமாட்டான்; இவர் நம்மினும் எளியவர் என்று கருதி யாரையும் பழிக்கமாட்டான்; பிறரிடம் சென்று தனக்கு உதவ வேண்டுமென்று இரந்தறியான்; தன்னிடம் வந்து உதவி கேட்டு இரந்தவர்க்கு இல்லையென்று சொல்லி அறியான்; அரசர்களின் சபைகளில் எல்லாம் தன்னைப் பற்றிப் புகழ்ந்து பேசும்படி வாழ்ந்தான்; எத்தகைய பெரும் படை எதிர்த்து வந்தாலும் புறங்கொடாமல் போர் செய்தான். போரிட்டுப் புறமிட்டோடும் படைகளைப் பின் சென்று தாக்காமல் அவைகள் ஓடுவதைப் பார்த்து நின்றான்; விரைந்து செல்லும் குதிரையில் ஏறியூர்ந்தான்; நீண்ட

தெருவிலே தேரேறிச் சென்றான்; உயரமான யானையிலே ஏறிச் சென்றான். இனிய மது நிறைந்த குடங்களை அனைவர்க்கும் வழங்கினான். பாணர்கள் மகிழும் படி அவர்கள் பசி நீங்க விருந்திட்டான்; தெளிவான அறமொழி களையே கூறினான்; இவ்வாறு உயர்ந்த பண்புள்ளவன் செய்யக் கூடியன எவையோ அவைகளையெல்லாம் செய்தான். இதுதான் அச்செய்யுளிலே அமைந்துள்ள பொருள்.

தொடியுடைய தோள்மணந்தனன்;
கடிகாவின் பூச்சூடினன்;
தண்கமழும் சாந்துநீவினன்;
செற்றோரை வழிதபுத்தனன்;
நட்டோரை உயர்வுகூறினன்;
வலியர்என வழிமொழியலன்;
மெலியர்என மீக்கூறலன்;
பிறரைத்தான் இரப்பு அறியலன்;
இரந்தோர்க்கு மறுப்பு அறியலன்;
வேந்துடை அவையத்து ஓங்குபுகழ் தோற்றினன்;
வருபடை எதிர்தாங்கினன்;
பெயர்படை புறம்கண்டனன்;
கடும்பரிய மாக்கடவினன்;
நெடும்தெருவில் தேர்வழங்கினன்;
ஓங்குஇயல் களிறு ஊர்ந்தனன்;
தீம்செறி தசும்பு தொலைச்சினன்;
பாண்உவப்பப் பசிதீர்த்தனன்;
மயக்குஉடைய மொழி விடுத்தனன்;
ஆங்குச்
செய்ப எல்லாம் செய்தனன்.

இதுவே அப்பாடல்.

பண்டைத் தமிழ் மன்னர்களின் வாழ்வு பெரும்பாலும் உலகின்பத்தையே குறிக்கோளாகக் கொண்டிருந்தது; தாம் இன்புற்று வாழ்வதையும், தம்மைப் போல் மற்றவர்களையும் இன்புற்று வாழச் செய்வதையுமே அவர்கள் வாழ்வின் பயன் என்று கருதினர். மதத்தைப் பற்றியோ, வேறு ஆத்மீகத் துறை பற்றியோ அவர்கள் அவ்வளவாகக் கவலை கொண்டிருக்க வில்லை. இவ் உண்மையை மேலே காட்டிய புறநானூற்றுச் செய்யுட்களால் காண்கின்றோம்.

ஆயினும், பண்டைத் தமிழ் வேந்தர்கள் கடவுளைப் பற்றிக் கவலையற்றிருந்தார்கள்; அவர்கள் நாத்திகர்களாக இருந்தனர் என்று கூறிவிட முடியாது. அவர்களுக்கு கடவுள் நம்பிக்கை யிருந்தது; இறைவழிபாடு செய்து வந்தனர். ஆனால், இறை வணக்கமும் நம்பிக்கையும் தனிப்பட்டவர்களின் உரிமை என்று கருதப்பட்ட காரணத்தால், மன்னர்களைப் பற்றிப் பாடிய புலவர்கள் அவர்களுடைய ஆன்மீக ஒழுக்கத்தைப் பற்றி- கடவுள் கொள்கைபற்றி- அவ்வளவாகப் பாடவில்லை என்று தான் எண்ணவேண்டும்.

பாண்டியன் பல்யாகசாலை முதுகுடுமிப் பெருவழுதியைப் பற்றிக் காரிகிழார் பாடிய பாடல் புறநானூற்றின் ஆறாவது பாட்டு. இதிலே, அம்மன்னனுடைய இறையன்பைப் பற்றியும் புலவர் குறிப்பிட்டுள்ளார்.

பணியியர் அத்தைநின் குடையே
முக்கண் செல்வர் நகர்வலம் செயற்கே

என்பது அப்பாடலின் பகுதி. உனது பூச்சக்கரக் குடை, சிவபெருமானது கோயிலை வலம் வரும்பொழுது மட்டும் தாழ்க என்பதே இதன் பொருள். இதனால் இப் பாண்டியன் சிவனடியான் என்பதை அறியலாம். பண்டை மன்னர்கள் கடவுள் நம்பிக்கையுள்ளவர்களாகத்தான் இருந்தனர் என்பதற்கு இப் பாடல் ஒன்றே போதும்.

கலை வளர்த்தனர்

பண்டைத் தமிழ் வேந்தர்கள் கலைகளைச் சுவைப்பவர் களாக இருந்தனர்; கலைகளிலே அவர்களுக்கு அளவு கடந்த ஆர்வம். கலைகளைச் சிறந்த பொழுதுபோக்காகக் கொண்டி ருந்தனர். கலைஞர்களைப் போற்றினர்; அவர்கள் வறுமையால் வாடாமல் காப்பாற்றினர்; கலைஞர்களைப் போற்றுவதால் தான் கலைகள் வளர்ந்தோங்கும் என்ற உண்மையை உணர்ந் திருந்தனர்.

உழைக்கும் பொதுமக்களை ஊக்கப்படுத்துவது கலைகள்; அவர்கள் ஓய்வு நேரத்தை இன்பமாகக் கழிக்க உதவுவது கலைகள்; அவர்களுக்குள் ஒற்றுமையை உண்டாக்குவது கலைகள். இந்த உண்மையை உணர்ந்தே மன்னர்கள்

கலைகளை வளர்த்தனர்; கலைஞர்களைப் பாதுகாப்பதை முதற் கடமை யாகக் கொண்டிருந்தனர்.

நரம்பின் முரலும் நயம்வரும் முரற்சி
விறலியர், வறும்கைக் குறுந்தொடி செறிப்பப்
பாணர் உவப்பக் களிறுபல தரீஇ *(17-19)*

என்பது மதுரைக்காஞ்சி.

யாழைப் போன்ற இனிய குரலையுடைய விறலியர்கள் வெறுங்கையிலே பொன் வளையல்களை அணியும்படி செய்வான்; பாணர்கள் மகிழும்படி, யானைகள் பலவற்றைப் பரிசாகக் கொடுப்பான். இதுவே மேலே காட்டிய அடிகளின் கருத்து.

தலையாலங்கானத்துச் செருவென்ற பாண்டியன் நெடுஞ் செழியன் கலைஞர்களைப் போற்றிய திறத்தை இவ்வாறு குறித்தார் மாங்குடி மருதனார் என்னும் புலவர்.

கரிகாற் சோழன் கலைஞர்களை எவ்வளவு அன்புடன் போற்றிப் பாதுகாத்தான் என்பதைப் பொருநர் ஆற்றுப் படையிலே தெளிவாகக் காணலாம். ஆசிரியர் முடத்தாமக் கண்ணியார் என்னும் புலவர் கரிகாற் பெருவளத்தானுடைய கலையுணர்ச்சியைப் பாராட்டிப் பாடியிருக்கின்றார்.

கரிகாலனிடம் பரிசு பெற்று வந்தான் ஒரு பொருநன். அவன் மற்றொரு பொருநனிடம் கரிகாலன் கொடைச் சிறப்பை எடுத்துரைக்கின்றான். இவ்வாறு அமைந்த பகுதியிலே கரிகாலனின் கலைக் காதலை உணர்த்துகின்றார் முடத்தாமக் கண்ணியார்.

பழங்கள் பழுத்துக் கனிந்த மரத்தை நாடிச் செல்லும் பறவைபோல நான் அவனை நாடிச் சென்றேன். அவனுடைய கோட்டை வாயிற் கதவு இரவலர்க்காக எப்பொழுதும் திறந்தே வைத்திருக்கும். கலைஞர்களாகிய இரவலர்களைக் காவலர்கள் தடுக்க மாட்டார்கள். நான் அவனுடைய கோட்டை வாயிலைக் கடந்து உள்ளே சென்ற மகிழ்ச்சியால், இளைத்த என் உடம்பு பருத்தது. விடியற்காலத்திலே என் உடுக்கையை அடித்துத் தாளத்துடன் யான் பாடினேன்.

உடனே அவன் என்னை இதற்குமுன் பழகிய உறவினன் போல் அன்புடன் அழைத்தான். இனிய சொற்களைக் கூறி வரவேற்றான். தன் கண்ணால் காணும்படி அண்மையிலேயே இருக்கச் செய்தான். அன்புடன் பார்த்தான். ஈரும் பேனும் குடியிருந்த எனது கந்தையுடையைக் களையச் செய்தான். நுண்ணிய மெல்லிய பாம்புச் சட்டை போன்ற வழவழப்பான ஆடையை அளித்தான். நல்ல மாளி கையிலே வைத்து ஏவல் செய்ய மகளிரையும் அமர்த்தினான். அவர்கள் பொற்கலத்திலே இனிய மதுவை நிரப்பித் தந்தனர். வேண்டுமளவு கொடுத்தனர். அதனை உண்டுயானும் சுற்றமும் களைப்பு நீங்கினோம்.

பிறகு மன்னன் என்னையும் என்னைச் சேர்ந்தவர்களையும் அழைத்தான். அருகு சென்றோம். எங்களைப் பற்றி இன்னார் என்று அரசனுக்கு அறிமுகம் செய்தனர். நாங்களும் அரசனிடம் எப்படி நடந்துகொள்ள வேண்டுமோ அப்படி நடந்து கொண்டோம். பின்னர் எங்களுக்கு வேவிறைச்சி, சூட்டிறைச்சி, வெவ்வேறு சுவை பொருந்திய பலகாரங்கள் முதலியவற்றை அளித்து உண்ணச் செய்தான். நாங்களும் உண்டு மகிழ்ந்தோம்.

ஒவ்வொரு நாளும், நாங்கள் எங்கள் கலைத் திறமையைக் காட்டினோம்; எங்கள் பாடல் ஆடல்களையெல்லாம் நடத்திக் காட்டினோம். இவ்வாறு பல நாட்கள் கழிந்தன. ஒவ்வொரு நாளும் அவன் அளித்த நல்ல விருந்தை உண்டு மகிழ்ந்து பொழுது போக்கினோம்.

இப்படிப் பல நாட்கள் விருந்திலே திளைத்து வெறுப் படைந்த நானும் என் சுற்றமும், எங்கள் ஊருக்குச் செல்ல விரும்பினோம். இதை அரசனிடம் அறிவித்தோம். அவன் எங்களை விட்டுப் பிரிய மனமற்றவன் ஆனான். எங்களை விட்டுப் பிரிகின்றீரோ வென்று சினந்தவனைப் போல் கேட்டான். பின்னர் யானைகளையும், ஆடை அணிகளையும் ஏராளமாக அளித்தான்; நாங்களும் எங்கள் ஆசை தீர அவைகளை ஏராளமாகப் பெற்றோம். இனி வறுமை எங்களை அணுகாத அளவுக்குப் பரிசு பெற்றோம்.

இவ்வாறு கரிகால் பெருவளத்தான் கலைஞர்களைப் புரந்த செயலைப் பற்றிக் கூறப்பட்டுள்ளது. பொருநர் ஆற்றுப்

படையின் 64-வது அடி முதல் 129-வது அடிகள் வரையில் உள்ள பகுதியிலே இதனைக் காணலாம்.

கலைக்காக உயிர் கொடுத்தோன்

பாரி என்னும் வள்ளல், கலைக்காகத் தன் உயிரையே கொடுத்த வரலாறு புறநானூற்றில் காணப்படுகின்றது. பாண்டி நாட்டில், பறம்பு நாடு என்னும் பகுதி பாரிக்கு உரியது. அது முந்நூறு ஊர்களைக் கொண்ட ஒரு சிறுநாடு. பாரி, தன்னைப் பாராட்டிப் பாடி வரும் புலவர்களுக்கும், கலைஞர்களுக்கும், அவ்வூர்கள் அனைத்தையும் பரிசிலாகக் கொடுத்துவிட்டான். அவன் வாழ்ந்த பறம்பு மலை ஒன்று தான் அவனிடம் மீதமாக இருந்தது.

இந்த நிலையில், பாரியின் புகழைக் கண்டு பொறாமை கொண்ட மூவேந்தர்களும், அவன் மீது படையெடுத்து வந்தனர். பறம்பு மலையை முற்றுகையிட்டனர். பாரியைப் பணிய வைக்க முடியவில்லை. அப்பொழுது பாரியின் நண்பராகிய கபிலர் என்னும் புலவர் பெருமான் மூவேந்தர்களிடம் வந்தார். அவர்களிடம் பாரியின் வீரத்தையும், கொடைச் சிறப்பையும் எடுத்துக் கூறினார்.

நீங்கள் எவ்வளவு நாள் முயன்றாலும் பாரியைப் பணிய வைக்க முடியாது. நீங்கள் முறுக்கேறிய நரம்பையுடைய யாழை வாசித்துக்கொண்டு உமது விறலியர் உமது பின்னே வர ஆடிக் கொண்டும் பாடிக்கொண்டும், அவனிடம் செல்லுங்கள். அப்பொழுது அவன் தனக்குரிய பறம்பு மலையையும், நாட்டையும் ஒன்றாகக் கொடுத்துவிடுவான். பறம்பு மலையை மட்டும் அல்ல; அவனையே கேட்டாலும் கொடுத்து விடுவான்; என்னையும் கூடக் கொடுத்து விடுவான் என்று கூறினார்.

கபிலர் சொல்லியதைத் தவிர, பாரியை வெற்றி கொள்ள அவர்களுக்கு வேறு வழி தெரியவில்லை. ஆதலால், மூவேந்தர் களும் கலைஞர்களைப் போல உருக்கொண்டனர். இரவலர்களாய்ப் பாரியிடம் சென்றனர். பாடினர்; ஆடினர்; பாரி மகிழ்ச்சியடைந்தான். உங்களுக்கு என்ன வேண்டும் என்று கேட்டான். அவர்கள் உன்னையே எங்களுக்குத் தரவேண்டும் என்று வேண்டினர். அவ்வாறே அவன் தன்னை

அவர்களிடம் ஒப்படைத்தான். அவர்கள் அவனை இவ்வாறு ஏமாற்றிக் கொன்றனர்; அல்லது சிறை வைத்தனர். இது பாரியைப் பற்றி வழங்கும் வரலாறு.

மரம்தொறும் பிணித்த களிற்றினிர் ஆயினும்,
புலம்தொறும் பரப்பிய தேரினிர் ஆயினும்
தாளில் கொள்ளலிர்; வாளில் தாரலன்;
யான்அறிகுவன் அது கொள்ளும் ஆறே;
சுகிர்புரி நரம்பின் சிறுயாழ் பண்ணி,
விரைஒலி கூந்தல்நும் விறலியர் பின்வர,
ஆடினிர், பாடினிர், செலினே,
நாடும் குன்றும் ஒருங்கு ஈயும்மே

என்பது புறநானூற்றின் 109- வது பாட்டு. கபிலர் பாடியது.

கடந்து அடு தானை மூவிரும் கூடி
உடன்றனிர் ஆயினும், பறம்புகொளற்கு அரிதே;
முந்நூறு ஊர்த்தே தண்பறம்பு நன்னாடு;
முந்நூறு ஊரும் பரிசிலர் பெற்றனர்;
யாமும் பாரியும் உளமே
குன்றும் உண்டு; நீர் பாடினீர் செலினே

என்பதும் கபிலர் பாட்டு. புறநானூற்றின் 110-வது பாடல். இப்பாடலில் யாமும் பாரியும் உளமே, குன்றும் உண்டு நீர் பாடினிர் செலினே என்ற அடிகள் குறிப்பிடத்தக்கது. நீங்கள் அவனைப் புகழ்ந்து பாடிக் கொண்டு சென்றால், பாரி, தன்னையும், பறம்பையும், அவன் நண்பனாகிய என்னையும் உங்களுக்கு அளிப்பான் என்ற கருத்தையுடையன.

இப்பாடல்கள் இரண்டும், மேலே கூறிய பாரியின் வரலாற்றை வலியுறுத்துகின்றன. பாரியின் வரலாற்றால், பண்டைக்காலத் தமிழ் மன்னர்களிலே பலர், கலை வளர்ச்சிக் காகத் தங்கள் உயிரையும் கொடுத்தனர்; அவர்கள் கலைகளைத் தங்கள் உயிரினும் உயர்ந்தனவாக எண்ணினர், வளர்த்தனர் என்பதைக் காணலாம்.

பதிற்றுப்பத்தின் மூன்றாவது பத்து பல்யானைச் செல் கெழுகுட்டுவனைப் பற்றிப் பாடப்பட்டது. பாடியவர் பாலைக் கௌதமனார் என்னும் புலவர். அவர்,

குட்டுவனுடைய கலை ஆர்வத்தையும், கலைஞர்களைக் கைவிடாமல் காப்பாற்றும் சிறப்பையும் பற்றியே பாராட்டிப் பாடுகின்றார்.

நாட்டிலே மழைவளங்குறைந்து வறட்சியும், பஞ்சமும் தோன்றிய காலத்திலும் நீ வாத்தியங்களை வாசித்துப் பாடும் பாடகர்களைக் கைவிட மாட்டாய்; அவர்களுடைய பசி நீங்க உணவளித்துப் பாதுகாப்பாய்; அவர்கள் மகிழும்படி பெரும் ஆடை அணிகளையெல்லாம் அளிப்பாய். உன்னுடைய கொடை யினால் அக் கலைஞர்கள் பஞ்சம் பசி அறியாமல் உண்டு மகிழ்ந்து கலை வளர்ப்பார்கள் என்ற கருத்தைப் பாலைக் கௌதமனார் வெளியிடுகின்றார்.

அலம்தலை உன்னத்து அம்கவடு பொருந்தி
சிதடி கரையப், பெருவறம் கூர்ந்து.
நிலம்பைது அற்ற புலம்கெடு காலையும்,
வாங்குபு தகைத்த கலப்பையர், ஆங்கண்
மன்றம் போந்து மறுகுசிறை பாடும்
வயிரிய மாக்கள் கடும்பசி நீங்கப்
பொன்செய் புனைஇழை ஒலிப்பப் பெரிது உவந்து
நெஞ்சுமலி உவகையர் உண்டு மலிந்து ஆடச்
சிறுமகி ழானும் பெரும்கலம் வீசும்
போர்அடு தானைப் பொலந்தார்க் குட்டுவ.

(பதிற்றுப்பத்து, 23)

இவ்வடிகள் சேரர்களின் கலைப்பற்றைக் காட்டுகின்றன. அவர், நாட்டிலே பஞ்சம் பரந்திருந்த காலத்திலும் கலைஞர்களைக் கைவிடாமல் காப்பாற்றினர் என்ற உண்மையை உரைக்கின்றன.

மேலே காட்டியவைகளால் தமிழ்நாட்டு மூவேந்தர்களும், பெருநிலக் கிழவர்களாகிய சிற்றரசர்களும் கலை வளர்ச்சியிலே கருத்துள்ளவர்களாயிருந்தனர்; கலைஞர்களுக்கு உதவுவதையே தங்கள் சிறந்த முதன்மையான பணியாகக் கொண்டிருந்தனர் என்ற உண்மையை உணரலாம்.

வீர வாழ்வு

பண்டைக்கால மன்னர்கள், நோயினால் வருந்தி இறப்பதை விரும்பவில்லை. அவ்வாறு இறப்பதை இழிவாக எண்ணினர். இப்படி இறப்போர்க்கு மறுவுலகச் செல்வம் கிடைப்பதும் இல்லையென்று நம்பினர். போரிலே இறப்பவர் களுக்குத்தான் வீர சுவர்க்கம் உண்டென்று கருதினர். போரிலே மாண்டு போகாமல் நோயுற்று மாளும் மன்னர்களின் உடலை அப்படியே அடக்கம் பண்ண மாட்டார்கள். அந்தணர்களால், குறிப்பிடப்பட்ட நல்ல நேரத்திலே, தருப்பைப் புல்லிலே அவ் வுடம்பைக் கிடத்துவார்கள்; வாளால் துண்டாக்குவார்கள். அதன் பின்பே அவ்வுடம்பை அடக்கம் செய்வார்கள். இவ் வழக்கம் தமிழகத்து மன்னர் மரபில் இருந்தது என்பதைப் புறநானூற்றின் 63-வது பாடலால் காணலாம். இப் பாடல் அதியமான் நெடுமான் அஞ்சியைப் பற்றி ஔவையார் பாடியது.

உன்னுடன் போரில் எதிர்த்தோர் உன்னை வெல்ல முடியாது. அவர்கள் வீர சுவர்க்கம் செல்வது உறுதி. போரிலே புறமிட்டு ஓடித் தமது வீட்டிலேயே நோயால் இறந்தோர்க்கு மறுமையில் நன்மையில்லை. ஆதலால், நோயால் இறந்த மன்னர்களை அந்தணர்கள் குறித்த நேரத்திலே தருப்பைப் புல்லிலே கிடத்துவார்கள். போரிலே மாண்ட மன்னர்கள் அடையும் நல்லுலகம் செல்க என்று கூறி அவர்கள் உடம்பை வாளால் துண்டு போடுவார்கள்; அதன் பின் அடக்கம் செய்வார்கள். உன்னை எதிர்த்த வேந்தர்கள் இத்தகைய இழிவுக்கு ஆளாக மாட்டார்கள். உன்னால் போரிலே மடிந்து நல்லுலகைப் பெறுவார்கள் என்ற கருத்தை அப் புறநானூற்றுச் செய்யுள் வெளியிடுகின்றது.

திண்பிணி முரசம் இழும்என முழங்கச்
சென்றுஅமர் கடத்தல் யாவது? வந்தோர்
தார் தாங் குதலும் ஆற்றார், வெடிபட்டு
ஓடல் மரீஇய பீடுஇல் மன்னர்,
நோய்ப்பால் விளிந்த யாக்கை தழீஇக்
காதல் மறந்தவர் தீதுமருங்கு அறுமார்,
அறம்புரி கொள்கை நான்மறை முதல்வர்
திறம்புரி பசும்புல் பரப்பினர் கிடப்பி,
மறம் கந்தாக நல்அமர் வீழ்ந்த

நீள்கழல் மறவர் செல்வுழிச் செல் கென
வாள்போழ்ந்து அடக்கலும் உய்ந்தனர் மாதோ. *(93)*

இதுவே அந்தப் புறநானூற்றுப் பாடல்.

வீரப் போரில்தான் மன்னர்கள் மாளவேண்டும் என்று நம்பியதற்குக் காரணம் இருக்கவேண்டும். எல்லா மன்னர்களும் சண்டையில்தான் சாகவேண்டும் என்ற கட்டாயமிருந்தால் நாட்டிலே ஒருநாளும் சமாதானம்- அமைதி- நிலைக்க முடியாது. நாட்டிலே செல்வமோ, கலைகளோ வளர முடியாது. நாட்டு மக்களும் அமைதியுடன் வாழ முடியாது. ஆதலால் இதற்குக் காரணம் வேறு உண்டு என்பதில் ஐயம் இல்லை.

நாம் காக்கும் நாட்டைப் பகைவர்களின் கொள்ளைக்கு இடமாகாதபடி பாதுகாக்கவேண்டும்; நமது நாட்டுக் குடி மக்களுக்கு எவராலும் இன்னலிழைக்க முடியாமல் காப்பாற்ற வேண்டும்; நமது உயிரைப் பெரிதாக எண்ணாமல் நாட்டின் நன்மையையே பெரிதாக மதிக்க வேண்டும் என்பதே பண்டைத் தமிழ் மன்னர்களின் கொள்கை. இதனால் தான் இத்தகைய கொடிய சபதத்தை மன்னர்கள் மேற் கொண்டிருந்தனர் என்பதே உண்மையாகும்.

வேந்தர்கள் நாட்டிற்கு நன்மையான செயல்களைச் செய்வதிலே எப்பொழுதும் ஈடுபட்டிருக்க வேண்டும்; உயிர் போவதாயினும் நற்செயல்களை நிறைவேற்றப் பின் வாங்கக் கூடாது; தம் உடலின்பம் ஒன்றுக்காகவே உயிர் வாழ்ந்து, இறுதியில் நோய்வாய்ப்பட்டு உயிரிழப்போர்க்கு இவ்வுலகில் புகழ் இல்லை; அவர்கள் பிறந்ததனால் யாருக்கும் எப்பயனும் இல்லை என்ற கருத்தையே மேலே காட்டிய நம்பிக்கை வலியுறுத்துவதாகும்.

மும்முரசு முழக்கம்

ஒவ்வொரு நாளும் காலையிலே, அரண்மனை வாசலிலே மூன்று வகையான முரசுகள் முழங்கிக்கொண்டிருக்கும். இம் மூன்று முரசுகளுக்கும் நியாய முரசு, வீர முரசு, தியாக முரசு என்று கூறுவர். இம் முரசுகளின் முழக்கமும், அரசனுடைய அன்றாட வேலைகளைக் குறிப்பன என்றே கூறலாம்.

அரசன் நீதி தவற மாட்டான்; நீதி தவறுவோரைத் தண்டிப்பான்; அறநெறியிலே நடக்கும்படி செய்வான்; ஆதலால், நீதிமுறை வேண்டுவோர், தாராளமாக அரசனிடம் வந்து முறையிட்டுக் கொள்ளலாம் என்பதைக் குறிப்பதற்கே நியாய முரசு அடிக்கப்பட்டது.

அரசன் அக்கிரமம் செய்வோர்க்கு அடிபணிய மாட்டான்; பொதுமக்களை நல்வாழ்வு வாழச் செய்வதற்கே உயிர் வாழ்கின்றவன்; நாட்டின் மீது படையெடுத்து வரும் பகைவர்களுக்கு அஞ்சமாட்டான்; அவர்களை எதிர்த்து விரட்டியடிக்கும் இயல்புள்ளவன் என்பதற்காகவே வீரமுரசு முழங்கிக் கொண்டிருக்கும்.

அரசன் தந்நலங் கொண்டவன் அல்லன்; மக்களின் நன்மைக்காகவே உயிர் வாழ்கிறவன்; மக்களுக்கு வரும் தீங்கை உயிர் கொடுத்து நீக்கும் உள்ளம் படைத்தவன்; வறுமைத் துன்பத்தோர்க்குப் பொருள் வழங்கிக் காப்பாற்றுவான்; புலவர்களுக்கும் இரவலர்களுக்கும் இல்லையென்னாமல் கொடையளிக்கும் இயல்புள்ளவன்; உடல், பொருள், ஆவி மூன்றையும், நாட்டுக்காகவும், நாட்டு மக்கள் நன்மைக்காகவும் அர்ப்பணிக்கும் பண்புள்ளவன் என்பதற்காகவே தியாக முரசு அடிக்கப்பட்டு வந்தது.

இன்றும் கூட, அர்த்தம் இல்லாமலே, அரசர் இல்லாத பழைய அரண்மனை வாசல்களில் முரசங்கள் முழங்குவதைக் காணலாம். இதைப் பழமையின் சின்னம் என்று தான் கூறவேண்டும்.

பண்டைத் தமிழ் வேந்தர்கள் தங்கள் வாழ்நாளைப் பயன் உள்ள வழியிலே கழித்தனர். வறியோர்க்கு வழங்குவது, கலைஞர்களைக் காப்பது, அறத்தைப் பாதுகாப்பது, தாமும் இன்பம் அனுபவிப்பது, தோன்றிற் புகழொடு தோன்றுக; அஃது இலார் தோன்றலின் தோன்றாமை நன்று என்று வள்ளுவர் கூறியதற்கு எடுத்துக்காட்டாய் வாழ்வது- இவைகளைப் பழந்தமிழ் மன்னர்கள் பின்பற்றி வாழ்ந்தனர். ஆதலால்தான் அவர்கள் மக்களிடம் மதிப்புப் பெற்றுத் தெய்வப்பிறவியாக மதிக்கப்பட்டு வாழ்ந்தனர்.

மன்னரும் மக்களும்

நன்றி உணர்ச்சி

நன்றி மறக்காத தன்மை ஒரு சிறந்த பண்பாகும்; இப்பண்பு மக்களிடம் மட்டும் அல்லாமல் ஏனைய உயிர்களிடமும் உண்டு; மாடு, ஆடு, குதிரை முதலிய விலங்கினங்கள் தங்களை வளர்ப்போரிடம் நன்றி காட்டுகின்றன. நாயின் நன்றியறிவை அறியாதார் இல்லை. அதன் நன்றியறிவைப் பற்றி விளக்கிக் கூறும் கதைகள் பல உண்டு; இலக்கியங்களில்கூட நாயின் நன்றி அறிவு பாராட்டப்பட்டிருக்கின்றது.

ஆதலால் பகுத்தறிவுள்ள மனிதன் நன்றியறிவுடன் இருப்பதில் வியப்பில்லை. மக்களிலே நன்றி மறந்தவர்கள் இருப்பதுதான் வியப்புக்குரியது. உதவி செய்தோரை மறக்கும் மனிதர்கள்- அவர்களைப் பற்றி உள்ளத்தில் எண்ணாத மனிதர்கள்- உதவி செய்தோர்க்கு உலை வைக்க முந்தும் மனிதர்கள்- உண்டு. இவர்களை மக்கள் என்று கூறமுடியாது. உருவத்தில்தான் இவர்கள் மக்கள்; செயலில் யாரோ அறியோம் என்றுதான் சொல்லவேண்டும்.

நல்லவர்களிடம் நன்றியறியும் குணம் உண்டு. இதைத்தான் செய்ந்நன்றி அறிதல் என்பார்கள். இதன் சிறப்பை- இன்றியமை யாமையை- வள்ளுவர் விளக்கியிருக்கின்றார்; செய்ந்நன்றி அறிதல் என்னும் அதிகாரத்திலே இதைக் காணலாம்.

பண்டைத் தமிழ் மக்களிடம் இப்பண்பு படிந்திருந்தது. இப்பண்புக்கு நாம் பல சான்றுகளைத் தேடித் திரிய வேண்டாம். அரசருக்கும் மக்களுக்கும் இருந்த தொடர்பை மட்டும் பார்த்தாலே போதும்.

பண்டைத் தமிழ் மக்கள் தங்கள் மன்னர்களைத் தெய்வ மாகவே மதித்துவந்தனர். அரசர் வாழ்வே தங்கள்

வாழ்வென்று எண்ணிவந்தனர். அரசர் வாழ்வுக்காகத் தெய்வங்களை வணங்கி வந்தனர். எல்லாப் பெரியோர்களும் அரசர்களை வாழ்த்தி வந்தனர். இதற்குக் காரணம், அரசர்கள் மக்கள் நலமே பெரி தென்று வாழ்ந்ததுதான். இதனாற்றான் மன்னர்கள் மக்கள் மனத்திலே குடியிருந்தனர்.

பண்புள்ள வேந்தர்கள்

முரஞ்சியூர் முடிநாகராயர் என்னும் புலவர் சேரமான் பெருஞ்சோற்று உதியஞ் சேரலாதனை வாழ்த்திப் பாடியிருக் கின்றார். அவன் நீடூழி காலம் நிலைத்து வாழ வேண்டும் என்று மனமார வாழ்த்தியிருக்கின்றார். மக்கள் சார்பாகவே முடிநாகராயர் மன்னனை வாழ்த்துகின்றார்.

குதிரைப் படைகளையுடைய பாண்டவர்களுடன், கௌரவர் நூற்றுவர் மாறுபட்டனர்; அவர்களுக்குரிய நாட்டையும் தமது நாடாகக் கவர்ந்து கொண்டனர். இதனால் பாரதப் போர் விளைந்தது. இப் போரிலே துரியோதனாதியர் நூறு பேரும் போர் செய்து போர்க்களத்திலே மடியும் வரையிலும் இருபக்கத்துப் படைகளுக்கும் உணவிட்டாய். வேண்டிய அளவு உணவை மிகுதியாக அளித்தாய். இத்தகைய வள்ளன்மை பொருந்திய சேரனே! பால் தன் இனிமை ஒழிந்து புளிப்பேறினாலும், கதிர் தன் விளக்கம் குன்றி இருண்டு போனாலும், நான்கு வேதங்களில் கூறப்பட்ட ஒழுக்கமுறைகள் மாறுபட்டாலும், நீ நெடுங்காலம் அழிவின்றி வாழ்வாயாக! அந்திக் காலத்திலே, சிறிய கன்றுகளுடன், பெரிய கண்களை யுடைய மான் பிணைகள், அந்தணர்கள் வளர்க்கும் முத்தீயாகிய விளக்கு வெளிச்சத்திலே தூங்கிக்கொண்டிருக்கும். இத்தகைய காட்சியையுடையன பொன்னொளி பொருந்திய சிகரங்களை யுடைய இமயமலையும், பொதியமலையும்; இந்த மலைகள் என்றும் நிலைத்து நிற்பன; இம் மலைகளைப் போல நீயும், உனது பண்பு வேறுபடாத சுற்றமுடன் நிலைத்து வாழ்வாயாக! என்பதே அவர் கூறும் வாழ்த்து.

அலங்கு உளைப் புரவி ஐவரொடு சினைஇ
நிலந்தலைக் கொண்ட பொலம்பூந் தும்பை
ஈர்ஐம் பதின்மரும் பொதுகளத்து ஒழியப்
பெரும்சோற்று மிகுபதம் வரையாது கொடுத்தோய்;

பாஅல் புளிப்பினும், பகல் இருளினும்,
நாஅல் வேதம் நெறி திரியினும்,
திரியாச் சுற்றமொடு முழுதுசேண் விளங்கி
நடுக்கின்றி நிலியரோ! அத்தை; அடுக்கத்துச்
சிறிதலை நவ்விப் பெருங்கண் மாப்பிணை
அந்தி அந்தணர் அரும்கடன் இறுக்கும்
முத்தீ விளக்கில் துஞ்சும்
பொற்கோட்டு இமயமும் பொதியமும் போன்றே. *(2)*

இதுவே புறநானூற்றுப் பாடற் பகுதி.

இச்செய்யுளிலே மன்னனும் வள்ளல்; அவனுடைய அமைச்சர்கள் முதலிய அலுவலர்களும் நல்லவர்கள்; அனைவரும் நாட்டின் நலத்தை நாடுவோர் என்ற குறிப்பைக் காணலாம். திரியாச் சுற்றம் என்ற சொற்றொடர் அமைச்சர் முதலியோரின் பண்பை விளக்கிற்று. அரசன் கருத்துடன் மாறுபடாதவர்கள், அவனுடன் ஒத்துழைப்பவர்கள், தந்நலத்தால் குணங் கெட்டுக் குற்றம் செய்யாதவர்கள் என்ற பொருளை யுடையது இத்தொடர். இத்தகைய மன்னரை மக்கள் ஏன் வாழ்த்தமாட்டார்கள்?

காரி கிழார் என்னும் மற்றொரு புலவர், பாண்டியன் பல்யாக சாலை முதுகுடுமியை வாழ்த்திப் பாடியிருக்கின்றார். இப்பாடலும் மக்கள் மன்னர்களை ஏன் மனமார வாழ்த்தினர் என்பதை விளக்குவதற்குத் துணை செய்யும்.

உன்னுடன் போர் செய்ய முன் வந்த உன் பகைவர்களின் கோட்டைக்குள், கடல் போன்ற உன் படைகள் நுழைவதற்காக முதலில் உனது யானையை ஏவுவாய்; பசுமையான விளை நிலங்களின் பக்கத்திலேயுள்ள கோட்டைகள் பலவற்றையும் கைக்கொள்வாய். அக் கோட்டைகளிலே கைப்பற்றிய அழகாகச் செய்யப்பட்ட அணிகலன்களையெல்லாம் பரிசிலர்க்கு அவரவர் தகுதியறிந்து கொடுத்துவிடுவாய். உனது குடையானது முனிவர் போற்றும் முக்கண் மூர்த்தியான சிவபெருமான் கோயிலை வலம்வரும்போது தாழ்க; சிறந்த நான்கு வேதங்களையும் அறிந்த அந்தணர்கள் உன்னை வாழ்த்தும்போது எடுத்த கையின் எதிரில் உன் தலை வணங்குக; பகைவர்களின் நாட்டைச் சுடும்போது எழுந்து

சுற்றும் புகையினால் மட்டும் உனது மலர் மாலை வாடுக; உனது மனைவிமார்களின் ஊடிய முகத்தைக் காணும் போது, உனது வெகுளி- சினம்- தணிவதாக; இவ்வாறு உனது வெற்றியால் நீ செருக்கடையாமல், அவ் வெற்றியை உன் உள்ளத்திலே அடக்கிக்கொண்டு வாழும் ஆற்றல் அமைந் தவனே! என்றும் குன்றாத கொடையை உடையவனே! மிகுந்த பெருமையை உடைய குடுமியே! நீ இவ்வுலகிலே குளிர்ந்த ஒளியை உடைய சந்திரனைப் போலவும், சுடுகின்ற ஒளி பொருந்திய கதிர்களை யுடைய சூரியனைப் போலவும் நிலைத்து வாழ்வாயாக!

இதுவே காரி கிழார் கூறும் அரச வாழ்த்து. இதுவும் மக்கள் மன்னரிடம் கொண்டிருந்த அன்பை விளக்குவதாகும்.

செய்வினைக்கு எதிர்ந்த தெவ்வர் தேஎத்துக்
கடல்படை குளிர்ப்ப மண்டி, அடல்புகர்ச்,
சிறுகண் யானை செவ்விதின் ஏவிப்,
பாசவல் படப்பை ஆர்எயில் பலதந்து,
அவ்எயில் கொண்ட செய்வுறு நன்கலம்
பரிசின் மாக்கட்கு வரிசையின் நல்கிப்,
பணியியர் அத்தைநின் குடையே முனிவர்
முக்கண் செல்வர் நகர்வலம் செலற்கே;
இறைஞ்சுக பெருமநின் சென்னி சிறந்த
நான்மறை முனிவர் ஏந்துகை எதிரே;
வாடுக இறைவநின் கண்ணி, ஒன்னார்
நாடுசுடு கமழ்புகை எறித்த லானே;
செலியர் அத்தைநின் வெகுளி வால்இழை
மங்கையர் துனித்த வாள் முகத்து எதிரே;
ஆங்க,
வென்றி எல்லாம் வென்று அகத்து அடக்கிய
தண்டா ஈகைத் தகைமாண் குடுமி!
தண்கதிர் மதியம் போலவும், தெறுசுடர்
ஒண்கதிர் ஞாயிறு போலவும்
மன்னிய பெருமநீ நிலமிசை யானே. *(புறம். 6)*

இதுவே மேலே காட்டிய பொருள் அமைந்த பாடற் பகுதியாகும்.

சுருக்கமாகக் கூறினால், மன்னர்களை வாழ்த்துவதே புறநானூறு ஆகும். புறநானூற்றின் பெரும்பாலான பாடல்கள், மன்னர்களின் வீரம், கொடை, புகழ், நீதி முறை இவற்றைப் பாராட்டிச் சொல்லுகின்றனவாகவே அமைந்திருக்கின்றன.

பதிற்றுப்பத்து நூல் முழுவதும் மன்னர்களை வாழ்த்தும் பாடல்களே. பதிற்றுப்பத்தில், இன்று நமக்குக் கிடைத்திருக்கும் எட்டுப் பத்துக்களும், எட்டுச் சேர மன்னர்களின் பெருமையை எடுத்துக் காட்டுகின்றன.

பத்துப்பாட்டிலே ஏழு பாட்டுக்கள் பண்டைத் தமிழ் மன்னர்களின் பெருமையைப் பாராட்டும் பாடல்களேயாம்.

பொருநர் ஆற்றுப்படை, பட்டினப்பாலை இரண்டும் கரிகால் பெருவளத்தானைப் பாராட்டும் பாடல்கள். மதுரைக் காஞ்சியும், நெடுநல்வாடையும் பாண்டியன் நெடுஞ்செழியனை வாழ்த்தும் பாடல்கள். பெரும்பாண் ஆற்றுப்படை தொண்டை மான் இளந்திரையனைப் பாராட்டும் பாட்டு. சிறுபாண் ஆற்றுப்படை நல்லியக் கோடனைப் புகழும் பாட்டு. மலைபடு கடாம் நன்னனைப் பற்றிப் பாராட்டும் பாட்டு. இவ்வாறு பத்துப்பாட்டில் ஏழு பாடல்கள் மன்னர்களை வாழ்த்தும் பாடல்களாக அமைந்திருப்பதைக் காணலாம். இதுவும் பண்டைக்கால மக்கள் மன்னர்கள் பால் எவ்வளவு அன்பு கொண்டிருந்தனர் என்பதை விளக்கும்.

படைவீரர் பண்பு

பண்டைக் காலத்தில் அரசன் படையில் இருந்த வீரர்கள், நாட்டுக்காக உயிரைத் தியாகம் செய்யும் தன்மையுள்ளவர் களாயிருந்தனர். அவர்கள் அரசனையும் நாட்டையும் ஒன்றாகவே எண்ணினர். இத்தகைய உறுதியும், அன்பும் உள்ளவர்களையே படைவீரர்களாகச் சேர்த்து வந்தனர்.

உறின்உயிர் அஞ்சா மறவர் இறைவன்
செறினும்சீர் குன்றல் இலர். *(குறள். 778)*

போர் மூண்டால், உயிருக்கு அஞ்சாமற் போர் புரியும் வீரர்கள், அரசன் தம்மேல் சினந்தாலும் சிறந்த தம் கடமையில் தவற

மாட்டார்கள் என்று வள்ளுவர் படை வீரர்களின் தன்மையை எடுத்துக் கூறுகின்றார்.

பண்டைக் காலப் படைவீரர்கள் அரசன் வெற்றிக்காக உயிர்விடப் பின் வாங்குவதில்லை. இது படைவீரர்களின் நாட்டுப் பற்றையே விளக்குவதாகும்.

அரசன் தெய்வப் பிறவி

அரசனைத் திருமாலுக்குச் சமமாகப் பாராட்டி அவனை வாழ்த்தி வந்தனர். இவ்வழக்கம் தொல்காப்பியர் காலத்திலே தமிழகத்தில் இருந்தது. இதைப் பூவை நிலை என்று குறிப்பிடு கின்றார் தொல்காப்பியர். இதனை,

மாயோன் மேய மன்பெரும் சிறப்பின்
தாவா விழுப்புகழ்ப் பூவை நிலையும்

என்ற புறத்திணை இயல் சூத்திரப் பகுதியால் அறியலாம். மாயோனாகிய திருமாலுக்குரிய நிலைத்த பெருமையையும், அழியாத புகழையும், மன்னனோடு இணைத்துப் பாராட்டும் பூவை நிலையும் என்பதே இதன் பொருள்.

இதனால், அரசனைத் திருமாலின் அவதாரம் என்று நினைக்கும் ஒரு நம்பிக்கை பண்டைத் தமிழகத்தில் நிலவி இருந்ததைக் காணலாம்.

பண்டைப் படைவீரர்கள், தம் அரசன் வெற்றி பெற வேண்டும் என்று தெய்வத்தை வேண்டிக் கொள்ளுவார்கள்; தங்கள் தலையைத் தாங்களே தெய்வத்தின் முன்னிலையில் பலிபீடத்தில் அறுத்து வைப்பார்கள். இந்த வழக்கம் தமிழகப் படைவீரர்கள் பால் இருந்தது.

ஆர்த்துக் களம்கொண்டோர் ஆர் அமர் அழுவத்துச்
சூர்த்துக் கடைசிவந்த சுடுநோக்குக் கருந்தலை
வெற்ற வேந்தன் கொற்றம் கொள்கென
நற்பலி பீடிகை நலம்கொள வைத்து ஆங்கு.

(இந்திர விழவு, 83-86)

ஆரவாரித்து வெற்றி கொண்டவர்கள், போர்க்களத்திலே, பகைவர்க்கு அச்சத்தைத் தந்து, கடைக்கண் சிவந்த கடுமையான பார்வையையுடைய தலையைத் தாமே அறுப்பர்; வெற்றியை யுடைய எமது அரசன் மேலும் வெற்றியடைக என்று வாழ்த்துவர்; நல்ல பலிபீடத்திலே, அரசன் நன்மை அடையும் படி வைப்பர் என்று சிலப்பதிகாரம் கூறுகின்றது. இதனால் பழங்காலத்துப் படைவீரர்கள் தங்கள் வேந்தர்களிடம் வைத் திருந்த உள்ளன்பை உணரலாம்.

முறைசெய்து காப்பாற்றும் மன்னவன் மக்கட்கு
இறைஎன்று வைக்கப் படும். *(குறள். 388)*

நீதிமுறைகளைச் செய்து குடிமக்களைக் காப்பாற்றும் வேந்தன், மக்களுக்குத் தெய்வம் என்றே சிறப்பாக மதிக்கப்படுவான் என்ற வள்ளுவர் கூற்றும் மன்னர்களை- மக்களுக்கு நலம் புரிந்த மன்னர்களை- மக்கள் எப்படிப் போற்றி வந்தனர் என்பதைக் காட்டும்.

வள்ளுவர் கூறிய இவ்வுண்மையைச் சிலப்பதிகார ஆசிரியர் தெளிவாக விளக்கிக் கூறியிருக்கின்றார். ஆய்ச்சியர் குரவையிலே இதனைக் காணலாம்.

கோவா மலை ஆரம், கோத்த கடல்ஆரம்
தேவர்கோன் பூண் ஆரம் தென்னர்கோன் மார்பினவே;
தேவர்கோன் பூண் ஆரம் பூண்டான் செழும்துவரைக்
கோகுலம் மேய்த்துக் குருந்து ஒசித்தான் என்பரால்.

கோக்கப்படாத பொதியின் மலை ஆரம், கோக்கப்பட்ட கடல் ஆரம், இந்திரண் பூண்ட பூணாகிய ஆரம் இம்மூன்றும் பாண்டியன் மார்பிலே உள்ளன; இவ்வாறு தேவர்கோன் ஆரம் முதலியவற்றைப் பூண்டவன் யார் என்றால், செழிப்புள்ள துவாரகையிலே வளர்ந்தவன்; பசு மந்தையை மேய்த்தவன் குருந்த மரத்தை ஒடித்தவன் ஆகிய கண்ணன் என்பர். இவ்வாறு பாண்டியனைத் திருமாலாக வைத்துப் போற்றி வாழ்த்துகிறது இப்பாடல்.

பொன்இமயக் கோட்டுப் புலிபொறித்து மண் ஆண்டான்
மன்னன் வளவன் மதில்புகார் வாழ்வேந்தன்;

மன்னன் வளவன் மதில்புகார் வாழ்வேந்தன்
பொன் அம்திகிரிப் பொருபடையான் என்பர் ஆல்.

பொன்னாகிய இமயமலையின் உச்சியிலே தன் புலி முத்திரையைப் பொறித்தவன்; இமயமலையை வடவெல்லையாகக் கொண்டு அதற்கு இப்பால் உள்ள நாட்டையெல்லாம் ஆண்டவன்; மதில் சூழ்ந்த புகார் நகரில் வாழ்கின்ற சோழ மன்னன்; அச்சோழன் யார் என்றால், பொன்னொளி வீசும் சக்கரப் படையைத் தனது போர்ப்படையாகக் கொண்ட திருமாலே என்பர். இப் பாடல் சோழ மன்னனைத் திருமாலின் உருவாகப் போற்றி வாழ்த்துகின்றது.

முந்நீரின் உள்புக்கு மூவாக் கடம்புஎறிந்தான்
மன்னர்கோச் சேரன் வளவஞ்சி வாழ்வேந்தன்;
மன்னர்கோச் சேரன் வளவஞ்சி வாழ்வேந்தன்
கல்நவில் தோள்ஓச்சிக் கடல்கடைந்தான் என்பர் ஆல்.

கடலின் உள்ளே சென்று, முதிராமல் செழித்து நின்ற கடம்ப மரத்தை வெட்டி எரிந்தவன்; வளங்கள் நிறைந்த வஞ்சி மாநகரில் வாழ்கின்ற வேந்தனாகிய சேரன்; அவன் யார் என்றால், மலை என்று சொல்லப்பட்ட தன் தோள்களை வீசிக் கடலைக் கடைந்த திருமால் என்று சொல்லுவர். இப்பாடல் சேரனைத் திருமாலின் அவதாரம் என்று கூறியது.

மேலே காட்டிய சிலப்பதிகாரச் செய்யுள்கள், பாண்டிய, சோழ, சேர மன்னர்களைத் திருமாலின் அவதாரங்கள் என்றே கூறின. தொல்காப்பியக் கருத்தையும், வள்ளுவர் குறளையும் விளக்கும் முறையிலே இப்பாடல் அமைந்திருக்கின்றன.

மன்னர்களைத் திருமாலின் வடிவமாக மக்கள் எண்ணினர் என்பதை நம்மாழ்வார் பாடல் ஒன்றும் கூறுகின்றது.

திருவுடை மன்னரைக் காணில்
திருமாலைக் கண்டேனே என்னும்;
உருவுடை வண்ணங்கள் காணில்
உலகளந் தான்என்று துள்ளும்;
கருஉடைத் தேஇல்கள் எல்லாம்
கடல்வண்ணன் கோயிலே என்னும்

வெருவிலும் வீழ்விலும் ஓவாக்
கண்ணன் கழல்கள் விரும்புமே

என்பது திருவாய்மொழி. இதில் உள்ள திருவுடை மன்னரைக் காணில் திருமாலைக் கண்டேனே என்னும் என்னும் அடி குறிப்பிடத் தகுந்தது. சிலப்பதிகாரப் பாடலின் கருத்தும், இதுவும் ஒத்திருப்பதைக் காணலாம்.

கலிங்கத்துப் பரணியிலே விசயதரனுடைய பிறப்பு வளர்ப் பைப்பற்றி அவதாரம் என்ற பகுதியிலே கூறப்படுகின்றது.

1. அன்று இலங்கை பொருது அழித்த அவனே, அப்
பாரதப்போர் முடித்துப், பின்னை
வென்றுஇலங்கு கதிர் ஆழி விசயதரன்
என உதித்தான்; விளம்பக் கேண்மின்!

2. தேவர் எலாம் குறைஇறப்பத், தேவகிதன்
திருவயிற்றில்; வசுதே வற்கு
மூவுலகும் தொழநெடுமால் முன்ஒருநாள்
அவதாரம் செய்த பின்னை,

3. இருள் முழுதும் புவிஅகல, இரவிகுலம்
இனிதுஓங்க, இராச ராசன்
அருள் திருவின் திருவயிறாம் ஆல்இலையின்
அவதரித்தான் அவனே மீள.

இவை செயங்கொண்டார் கூற்று.

இலங்கையைப் போர் செய்து அழித்த இராமனே கண்ணனாகப் பிறந்தான்; பாரதப் போரை முடித்தான்; அவனே வெற்றி பெற்று விளங்குகின்ற சக்கரப் படையையுடைய விசயதரன் என்ற பெயருடன் பிறந்தான்.

தேவர்கள் பூமி பாரத்தை ஒழிக்கும்படி வேண்டிக் கொண்டனர்; அதனால் வசுதேவனுக்குத் தேவகியின் வயிற்றிலே திருமால் பிறந்தான்; மூவுலகும் தொழுது வணங்கும்படி கண்ணனாகப் பிறந்தான்.

அதன்பின் உலகில் உள்ள இருள் நீங்க, சூரிய குலம் புகழ் பெற்று ஓங்க இராசஇராசனுடைய மகள் வயிறாகிய ஆலிலை யிலே விசயதரனாக அவதரித்தான்.

இச்செய்திகளே மேலே காட்டிய கலிங்கத்துப் பரணிப் பாடல்களிலே கூறப்பட்டன.

ஒட்டக்கூத்தரால் இயற்றப்பட்ட உலாக்கள் எல்லாம் மன்னர்களைத் திருமால் அவதாரம் என்றே கூறுகின்றன.

கையும் மலர் அடியும், கண்ணும், கனிவாயும்
செய்ய கரிய திருமாலை.

(விக்கிரம சோழன் உலா. 158)

கைகளும், மலர் போன்ற அடிகளும், கண்களும், கனி போன்ற வாயும், சிவந்திருக்கின்ற கரிய நிறமுள்ள திருமாலாகிய விக்கிரம சோழனை என்று விக்கிரமச் சோழனைத் திருமாலாகவே கூறுகிறார் ஒட்டக்கூத்தர்.

ஒறுக்கும் மிதிலை ஒருவில்லைத் தொல்லை
இறுக்கும் அவன் இவன் என்பார்- மறுக்காமல்
சென்று கனைகடல் தூர்த்துத் திருக்குலத்து
நின்ற பழிதுடைப்பாய் நீ என்பர்.

(குலோத்துங்க சோழன் உலா. 116-117)

இவைகள் குலோத்துங்க சோழன் உலாவிலே கண்டவை. குலோத்துங்க சோழனை இராமனாக உருவகம் செய்திருப்பதை இக் கண்ணிகளிலே காணலாம்.

சிலையால் வழிபடு தெண்திரையைப் பண்டு
மலையால் வழிபட வைத்தோன்

என்று இராசராச சோழன் உலாவிலே இராசராசன் இராமனாகக் கூறப்படுகின்றான். இராசராச சோழன் உலாவிலே பின்னும் அவன் திருமாலின் அவதாரமாகவே கூறப்படுகின்றான்.

மன்னவநீ,

***379.* முன்பு கருடன் முழுக்கழுத்தில் ஏறுவது;**
பின்பு களிற்றின் பிணர்க்கழுத்தே;- மின்போல்

***380.* இமைக்கும் கடவுள் உடையினைப்பண்டு; இப்போது**
அமைக்கும் துகிலினை அன்றே; - அமைத்தது ஓர்

***381.* பாற்கடல் சீபாஞ்ச சன்னியம்பண்டு; இப்போது**
கார்க்கடல் சென்று சங்கே;- சீர்க்கின்ற

***382.* தண் அம் துழாய்பண்டு சாத்தும் திருத்தாமம்;**
கண்ணிஇன்று ஆரின் கவட்டுஇலையே;- தண்என்ற

***383.* பள்ளி அறை பாற்கடலே பண்டு; திருத் துயில்கூர் பள்ளி அறை இன்று பாசறையே.**

இவ்வடிகளும், இராசராச சோழனைத் திருமாலின் அவதார மாகவே கூறுகின்றன.

செயங்கொண்டாரால் பாடப்பட்ட கலிங்கத்துப் பரணி, ஒட்டக்கூத்தப் புலவரால் பாடப்பட்ட மூவர் உலா இவைகள் எல்லாம் மன்னர்களை வாழ்த்தும் நூல்களேயாகும். மூவருலா என்பது, விக்கிரம சோழன் உலா, குலோத்துங்க சோழன் உலா, இராசராச சோழன் உலா, ஆகிய மூன்றும் சேர்ந்த தொகுதி.

ஒட்டக்கூத்தர் இயற்றிய தக்கயாகப் பரணியிலும் மன்னர் புகழைப் பாடாமல் விடவில்லை. சோழ மன்னர்களின் பெருமை யைப் பாராட்டிப் பாடுகின்றார்.

சிவஞானச் செல்வராகிய ஞானசம்பந்தரும் மன்னனை வாழ்த்துகின்றார்.

வாழ்க அந்தணர், வானவர் ஆன்இனம்;
வீழ்க தண்புனல்; வேந்தனும் ஓங்குக;
ஆழ்க தீயஎல்லாம்; அரன் நாமமே
சூழ்க; வையக மும்துயர் தீர்கவே

என்பது சம்பந்தர் பாடல். மன்னன் சிறந்து வாழ்க என்று

வாழ்த்துகின்றார். மன்னர்களின் பாதுகாவலால்தான் மக்கள் நலம் பெற்று வாழ முடியும் என்ற நம்பிக்கை நிலவியிருந்த காலத்தில் அனைவரும் இவ்வாறு மன்னனை வாழ்த்தினர்.

மேலே கூறியவைகளால், தொல்காப்பியம், திருக்குறள், சிலப்பதிகாரம், திருவாய்மொழி, கலிங்கத்துப்பரணி, மூவர் உலா, தேவாரம் முதலிய நூல்கள் எல்லாம் மன்னர்களை வாழ்த்தின; அவர்களைத் தெய்வப் பிறவியாக மதித்தன என்பதை அறியலாம்.

மக்கள் நன்மையைக் குறிக்கோளாகக் கொண்டு உழைப்ப வர்கள் எக்காலத்திலும் போற்றப்படுவார்கள்; எல்லோராலும் போற்றப்படுவார்கள். இன்றும் மக்கள் முன்னேற்றத்திற்காகப் பாடுபடும் அரசியல் தலைவர்கள் போற்றப்படுகின்றனர்; மக்கள் நலங் கருதி உழைக்கும் அரசாங்கத் தலைவர்கள் கொண்டாடப் படுகின்றனர். மக்கள் நன்மை ஒன்றையே கருதி உழைப்பவர்கள், மன்னர்களைவிட இன்னும் மிகுந்த சர்வாதிகாரம் படைத்தவர் களாயிருந்தாலும் அவர்களும் போற்றப்படுகின்றனர்

நமது நாட்டில் வெள்ளைக்காரர்கள் ஆண்ட காலத்திலே அரசாங்கத் தொடர்புள்ள ஒவ்வொரு விழாக்களின் முடிவிலும் அரச வாழ்த்துப் பாடும் வழக்கம் இருந்தது. இன்றும் இங்கிலாந்திலே அவ்வழக்கம் உண்டு; அரசர்கள் ஆளும் நாடுகளில் எல்லாம் அரச வாழ்த்துப் பாடும் வழக்கம் உண்டு. இது போலவேதான் பண்டைத் தமிழகத்தில், மக்கள் மன்னர் களைக் கொண்டாடி வந்தனர். ஆனால் தமிழ் மக்கள் மன்னர் களின் ஆணைக்கு அஞ்சி அவர்களைப் போற்றவில்லை; அவர்களுடைய பணியைப் பாராட்டிப் போற்றினார்கள். இந்த உண்மையை நாம் மறந்துவிடக் கூடாது.

இனி, மன்னர்களின் ஆட்சி வரப்போவதில்லை; மக்களாட்சி தான் இனித் தொடர்ந்து வாழ முடியும். மக்களாட்சியைத் திறம்பட நடத்திவைக்கும் தலைவர்கள் - தந்நலம் அற்ற சான்றோர்கள்- நாட்டு மக்கள் நலனையே குறிக்கோளாகக் கொண்டவர்கள் - மக்களால் போற்றப்படுவார்கள் என்பதில் ஐயம் இல்லை; பழைய மன்னர்களைப் போலவே பாராட்டத் தான் பெறுவார்கள். இது மக்கள் இரத்தத்தோடு கலந்திருக்கும்

பழம்பெரும் பண்பாடு; செய்ந்நன்றி அறிதல் என்னும் சிறந்த ஒழுக்கம்.

மன்னர்களின் மாண்பைப்பற்றி இவ்வாறு பண்டை இலக்கியங்கள் கூறுகின்றன; அவர்களிடம் மக்கள் கொண்ட நம்பிக்கையைப் பற்றிப் பலவாறு பாராட்டியிருக்கின்றன. இந்தப் பழமையை வைத்துக்கொண்டு, சிலர், மீண்டும் மன்னர் ஆட்சி ஏற்படவேண்டும்; மன்னர் ஆட்சி ஏற்பட்டால்தான் பழைய தர்மங்கள் காப்பாற்றப்படும் என்று சொல்லுகின்றனர். இவர்கள் நம்பிக்கையும் பேச்சும் பயன் தராத நம்பிக்கை; வீண் பேச்சு என்பதில் ஐயம் இல்லை.

அறப்போர் புரிந்த அரசர்கள்

பழந்தமிழ் நாட்டிலே எப்பொழுதும் அமைதி குடி கொண்டிருந்தது என்று கூற முடியாது. பழந்தமிழ் வேந்தர்கள் அமைதியுடன் வாழ்ந்தனர் என்று சொல்லவும் முடியாது. அவர்கள் அடிக்கடி போர் புரிந்து கொண்டிருந்தனர். முடியுடைய வேந்தர்கள் மூவரும் ஒற்றுமையுடன் உறைந்த காலம் குறைவுதான்; போரிட்டுப் பொழுது போக்கிய காலந்தான் மிகுதி.

இவ்வாறு எண்ணும்படிதான் புறப்பொருள் இலக்கியங்கள் இருக்கின்றன. புறநானூறும், பதிற்றுப்பத்தும் தமிழ் வேந்தர் களின் வீரத்தைப் போற்றும் நூல்கள். அவர்கள் தம் போர் வெற்றியைப் புகழ்ந்து பேசும் பாடல்களே அவற்றுள் மிகுதியாகக் காணப்படுகின்றன.

புகழுக்காகப் போர்

புகழ் வேண்டிப் போர் புரிந்த மன்னர்கள் சிலரும் பண்டைத் தமிழகத்தில் இருந்தனர். தமிழ் மன்னர்களிலே சிலர் புகழுக்காகவே போர் புரிந்து வந்தனர். இவ்வுண்மையை விளக்கும் பாடல்கள் பல, பழந்தமிழ் நூல்களிலே காணப்படுகின்றன. உதாரணமாகப் புறநானூற்றுப் பாட்டு ஒன்றைக் காண்போம்.

சிறப்பு மிகுந்த மரபினர் பொருளையும் இன்பத்தையும் உயர்ந்தனவென்று எண்ணமாட்டார்கள்; அவர்கள் அவை களை அறத்திற்குப் பிறபட்டன என்றே எண்ணுவர். அதுபோல; அறத்தைக் காப்பதற்காகவே உயர்ந்து நிற்கும் உனது குடை, சேர பாண்டியர்களின் குடைகள் பின்னிற்கும்படி சிறந்து முன்னிற்கும். ஒளி மிகுந்த முழுமதியைப்போல் உனது புகழ் உயர்ந்து நெடுந்தூரம் பரவி நிற்கும். நீயும் அப் புகழ்வேட்டையையே விரும்புவாய். அதன் பொருட்டு, பகைவரை வெல்லுவதற்காகப் போர்ப்

பாசறையையே நீ விரும்புவாய்; இதைத் தவிர வேறு ஒன்றையும் விரும்பமாட்டாய்.

தமது தந்தங்களின்முனை மழுங்கும்படி, மோதி வலிமை யுள்ள பகைவரின் கோட்டைச் சுவரிலே பாயும், உனது யானை களும் சும்மா அடங்கிக் கிடப்பன அல்ல.

வீர கண்டாமணியை அணிந்த உனது படை வீரர்களோ, போர் என்ற சொல்லைக் கேட்டாலோ இதோ வந்தோம், வந்தோம் என்று குதித்தெழுவார்கள். காடுகளைக் கடந்து செல்லவேண்டிய நாடு; தூரத்தில் உள்ள நாடு; அங்கு நாங்கள் வரமாட்டோம் என்று சொல்லமாட்டார்கள்.

கல் என்ற ஆரவாரத்துடன், விழா நிறைந்த வேற்று நாடாகிய அவ்விடத்திலே தங்குவாய்; அவ்விழாவிலே கலந்து கொள்ளுவாய். கீழ்க்கடல் பின்னே நிற்க, மேற்குக் கடலின் அலைகள் உனது குதிரையின் குளம்புகளை மோதும்படி இந் நாட்டை வலமாக வந்துகொண்டே யிருப்பாய். வடநாட்டு அரசர்கள், நீ இவ்வாறு செய்யக்கூடியவன் என்று நினைத்து அஞ்சுகின்றனர். அதனால் அவர்கள் நெஞ்சத்திலே நடுங்கும் படியான துன்பம் மிகுந்தது. அத் துன்பம் அவர்களைத் தூங்காத கண்களை உடையவர்களாகச் செய்தது.

இதுவே அந்தப் புறநானூற்றுப் பாடலில் அடங்கியுள்ள பொருள். கோவூர் கிழார் என்னும் புலவரால் சோழன் நலங்கிள்ளியைப் பற்றிப் பாடப்பட்டது.

சிறப்புடை மரபில், பொருளும், இன்பமும்,
அறத்துவழிப் படூஉம், தோற்றம் போல,
இருகுடை பின்பட ஓங்கிய, ஒருகுடை
உருகெழு மதியின் நிவந்துசேண் விளங்க
நல்இசை வேட்டம் வேண்டி, வெல்போர்ப்
பாசறை அல்லது நீஒல் லாயே;
நுதிமுகம் மழுங்க மண்டி, ஒன்னார்
கடிமதில் பாயும்நின் களிறு அடங் கலவே;
போர்எனில் புகலும் புனைகழல் மறவர்
காடு இடைக் கிடந்த, நாடுநனி சேஎய,
செல்வேம் அல்லேம் என்னார்; கல்என்
விழவுஉடை ஆங்கண் வேற்றுப்புலத்து இறுத்துக்

குணகடல் பின்னது ஆகக், குடகடல்
வெண்தலைப் புணரி, நின் மான்குளம்பு அலைப்ப
வலம்முறை வருதலும் உண்டு, என்று அலம்வந்து
நெஞ்சம் நடுங்கு அவலம் பாயத்
துஞ்சாக் கண்ண வடபுலத்து அரசே. *(புறம். 31)*

இப்பாடல், புகழ் விரும்பிப் போர் செய்த மன்னர்கள் சிலர் தமிழகத்தில் இருந்தனர் என்பதைக் காட்டுகின்றது.

அவர்கள் புகழை விரும்பிப் போர் புரிந்தார்களாயினும், அவைகள் பெரும்பாலும் அநீதியை எதிர்த்துச் செய்த போர் களாகத்தான் காணப்படுகின்றன; மக்கள் நன்மையைக் குறிக்கோளாகக் கொண்டு புரிந்த போர்களாகத்தான் காட்சி அளிக்கின்றன. போர் தோன்றுவதற்கு ஏதாவது காரணம் இருக்க வேண்டும். அந்தக் காரணம் அறத்தை அடிப்படையாகக் கொண்டதாகவும் இருக்கலாம் அல்லாதவைகளை அடிப்படையாகக் கொண்டதாகவும் இருக்கலாம்.

பழந்தமிழ் மன்னர்கள் புரிந்த போர்களிலே பெரும் பாலானவை அறத்தை அடிப்படையாகக் கொண்டவை; சிறு பான்மையே அல்லாதவைகளை அடிப்படையாகக் கொண்டவை.

போரால் நாசம்

பண்டைக் காலத்தில் நடந்த சண்டைகளினால் நாட்டின் செல்வங்களுக்கு நாசம் நேர்ந்தது. மக்களால் உழைத்துச் சேர்த்த பண்டங்கள் பாழாக்கப்பட்டன. நாடு நகரங்கள் அழிக்கப் பட்டன. போரினால் இந்தக் காலத்தில் ஏற்படும் நாசம் போலவே அந்தக் காலத்திலும் ஏற்பட்டன என்பதில் ஐயம் இல்லை. இதனை,

வாடுக இறைவநின் கண்ணி ஒன்னார்
நாடுசுடு கமழ்புகை எறித்தலானே *(புறம் 6)*

என்ற பகுதியாற் காணலாம். இறைவனே, நீ அணிந்திருக்கும் மலர்மாலை, பகைவர்களின் நாடுகளைச் சுட்டெரிப்பதனால் எழும் புகை வீசுவதனால் வாடுவதாக. வேறொன்றினாலும்

வாடுவதில்லை என்பதே இதன் பொருள். இது பாண்டியன் பல்யாகசாலை முதுகுடுமிப் பெருவழுதியைப் பாடியது. இதனால் பண்டைக்காலப் போரினால் நாடு நகரங்கள் பாழ்பட்டமை காணலாம். நாடு நகரங்கள் தீக்கிரை யாகும்போது பண்டங்கள் எல்லாம் பாழாகும் என்பதிலும் ஐயம் இல்லை.

வென்ற மன்னர்கள், தோற்ற மன்னர்களின் கோட்டைகளைச் சிதைப்பார்கள். மாடமாளிகைகளை இடித்துத் தரை மட்டமாக்குவார்கள். மாடமாளிகைள் இருந்த இடங்கள் எல்லாம் கழுதைகள் மேயும் குட்டிச் சுவர்களாகிவிடும். அந்த இடங்கள் கழுதைகள் பூட்டிய ஏரால் உழப்படும்.

நல்ல வளம் பொருந்திய வயல்கள் எல்லாம் பாழாக்கப்படும்; நீர் நிறைந்த நஞ்சை நிலங்கள் எல்லாம் குதிரைகள் பூட்டிய தேரோடும் திடல்களாக்கப்படும்.

போரால் இத்தகைய நாசங்கள் நிகழும். பகைவர் மேல் ஆத்திரங் கொண்ட மன்னர்கள் இவ்வாறு செய்வார்கள். வெற்றி வெறி இத்தகைய நாசவேலைகளையெல்லாம் செய்யத் தூண்டும்.

கடுந்தேர் குழித்த ஞெள்ளல் ஆங்கண்
வெள்வாய்க் கழுதைப் புல்லினம் பூட்டிப்
பாழ்செய தனையவர் நனம்தலை நல்எயில்,
புள்ளினம் இமிழும் புகள்சால் விளைவயல்
வெள்உளைக் கலிமான் கவிகுளம்பு உகளத்
தேர்வழங் கினைநின் தெவ்வர் தேஎத்து. *(புறம். 15)*

விரைந்து செல்லும் உன்னுடைய தேர்களால் தெருவிலே குழி விழுந்து சேறாகிவிடும். அந்தப் பள்ளங்களில் வெண்மையான வாயையுடைய அற்பமான கழுதைகளை ஏரிலே பூட்டி ஓட்டு வாய். இவ்வாறு எதிரிகளின் கோட்டைகளைப் பாழ்படுத்தினாய். உன்னுடைய பகைவர் நாட்டிலே பறவைக் கூட்டங்கள் நிறைந்து ஓசையிட்டுக் கொண்டிருக்கின்ற சிறந்த விளைநிலங்களை யெல்லாம் பாழ்படுத்தினை; அவ்விளை வயல்களிலே வெண்மை யான பிடரி மயிரையும், செருக்கையும் உடைய குதிரைகளின் குளம்புகள் துவைக்கும்படி உனது தேர்களை ஓட்டினை.

இதுவும் பாண்டியன் பல்யாகசாலை முதுகுடுமிப் பெருவழுதியைப் பற்றிய பாடல்.

போர் அறம்

பண்டைக் காலத்தில் இக்காலத்தைப் போலவே போரினால் நாட்டுக்குக் கேடு விளைந்தது என்பதில் ஐயம் இல்லை. ஆனால் ஒன்று; பண்டங்கள் பாழாயினவேயன்றிப் பொதுமக்கள் உயிரை அவர்கள் பாழ்படுத்தவில்லை. போர் முனையில் நிற்போர்தான் உயிரிழந்தனர். போர் முனைக்குத் தகுதி யற்றவர்கள் பாதுகாக்கப் பட்டனர். போரை விரும்பாத மக்களும் தப்பித்துக் கொள்ளலாம். இந்த அறத்தைத் தமிழ் மன்னர்கள் பின்பற்றி வந்தனர்.

போர் தொடங்குவதற்கு முன்பே அவர்கள் பொது மக்களுக்கு அறிவித்துவிடுவார்கள். பொதுமக்கள் போர் நிகழும் இடத்திலிருந்து தப்பித்து வெளியேறுவதற்குக் காலங் கொடுப் பார்கள். அவர்கள் வெளியேறிய பின்பே போர் தொடுப்பார்கள். இதுதான் சிறந்த யுத்த தர்மம் ஆகும்.

ஆவும், ஆன் இயல் பார்ப்பன மாக்களும்,
பெண்டிரும், பிணியுடை யீரும், பேணித்
தென்புலம் வாழ்நர்க்கு அரும்கடன் இறுக்கும்
பொன்போல் புதல்வர்ப் பெறாஅ தீரும்
எம்அம்பு கடுவிடுதும். நும் அரண் சேர்மின் *(புறம். 9)*

பசுவும் பசுக்களின் தன்மையுடைய பார்ப்பனர்களும், பெண்களும், நோயாளிகளும், முன்னோர் முறையைப் பாதுகாத்து, பிதுர் உலகில் வாழ்வோர்க்கு அரிய கடன்களைச் செய்வதற்குரிய புதல்வரைப் பெறாதவர்களும் வெளியேறி விடுங்கள். விரைவிலே எமது கணையைத் தொடுத்துவிட்டுப் போர் செய்யப் போகின்றோம். ஆதலால், உங்கள் உயிருக்குக் கேடு நேராமல் பாதுகாப்பான இடத்தைத் தேடிக்கொண்டு போய் விடுங்கள். இவ்வாறு போர் தொடங்குமுன் அறிவிப்பார்கள்.

இதுதான் தமிழர் பின்பற்றி வந்த போர் அறம். தமிழ் மன்னர்கள் இந்த அறத்தைப் பின்பற்றியே போர் புரிந்து வந்தனர். இக்காலத்தில் போர் நிகழ்ந்தால், படை வீரர்களின்

உயிரை விடப் பொதுமக்களின் உயிர்களே மிகுதியாகக் கொள்ளை கொள்ளப்படுகின்றன. அமைதியான வாழ்வை விரும்பும் பொதுமக்களை அழிக்கும் படை வகைகளே இக் காலத்திலே மிகுதியாகக் கண்டு பிடிக்கப்பட்டிருக்கின்றன. இது மறப்போருக்கே அடிப்படை. போரிலே தோற்றுப்போன நாட்டை மீண்டும் தலை தூக்கவிடாதபடி நசுக்குவதே இக்கால போர் வெறியர்களின் மனப்பான்மை. பண்டைத் தமிழ் மன்னர்களின் தன்மை இதற்கு மாறானது. பகைவரிடம் கவர்ந்த நாட்டையும் தம்நாடு போலவே பாதுகாப்பார்கள்.

அகநாடு புகுந்து அவர் அருப்பம் வெளவி,
யாண்டுபலகழிய வேண்டுபுலத்து இறுத்து,
மேம்பட மரீஇய வெல்போர்க் குரிசில்.

(மதுரைக்காஞ்சி. 149-151)

பகைவர்களுடைய நாடுகளிலே புகுந்து அவர்களுடைய அரண்களைப் பிடித்துக்கொள்ளுவாய். நீ கைப்பற்றிய அப்பகைவர் களின் நாடுகளிலே பல்லாண்டுகள் தங்கியிருப்பாய். போரினால் பாழ்பட்ட அந்நாடுகள் வளம் பெற்று வாழ்வதற்கான சீர்திருத்தங்களைச் செய்வாய். இத்தகைய பெருமையும் போர் வல்லமையும் பொருந்தியவனே என்று பாண்டிய மன்னன் பாராட்டப்படுகின்றான். இதனால் அக்காலத்து மன்னர்கள் எந்த நாட்டு மக்களிடமும் வெறுப்புக் கொண்டவர்கள் அல்லர் என்பதைக் காணலாம்.

தோற்றாரைத் துன்புறுத்தார்

பண்டைத் தமிழ் வேந்தர்களிடம் மற்றொரு சிறந்த அறம் குடிகொண்டிருந்தது. அவர்கள் தோற்றுப் போனவர்களைத் துன்புறுத்துவது அறம் அன்று என எண்ணினர். போரிலே அஞ்சி ஓடுகின்றவர்களை விரட்டிப் பிடிக்க மாட்டார்கள். தோற்றுப் போனவர்களைச் சிறையிலே பிடித்து வைத்துத் துன்புறுத்த மாட்டார்கள். இப்படிச் செய்வது வீரத்திற்கு- வெற்றிக்கு- ஆண்மைக்கு- அழகன்று என்று கருதினர். போரிலே தோற்றுப் பணிந்தவர்களைத் துன்புறுத்துவதும், ஓடிப் போனவர் களை விரட்டிப் பிடித்துக்கொண்டு வந்து துன்புறுத்துவதும் தமிழர் தகைமை அல்ல என்பதே

பழந்தமிழர் கொள்கை. இவ்வுண்மையைச் சிலப்பதிகாரத்தாற் காணலாம்.

சேரன் செங்குட்டுவன் வடநாட்டிலே, தான் சிறை பிடித்த வேந்தர்களைக் கொண்டுபோய்த் தமிழகத்து மன்னர்களுக்குக் காட்டும்படி நீலன் என்னும் படைத் தலைவனை ஏவினான். அவன் செங்குட்டுவனால் தோற்கடிக்கப்பட்டுச் சிறை செய்யப்பட்ட கனக- விசயர்களைத் தமிழ் மன்னர்களிடம் அழைத்துச் சென்றான்.

முதலில் சோழநாடு புகுந்தான் நீலன். சோழன் சித்திர மண்டபத்திலே இருந்தபோது, நீலன் அமரகத்து உடைந்த ஆரிய மன்னரொடு சென்றான். சோழனை வணங்கினான். அப்பொழுது சோழன் கூறியது குறிப்பிடத்தக்கது.

பெரிய போர்க்களத்திலே மிகுந்த ஆண்மையுடன் போர் செய்து, தங்கள் வாள் குடை முதலியவைகளைப் போர்க் களத்திலே இழந்தவர்கள்; கொலையாகிய போரை இனிச் செய்யமாட்டோம் என்பதற்கு அடையாளமான கோலம் பூண்டவர்கள்; தங்கள் உயிரைக் காத்துக்கொள்வதற்காக ஓடினவர்கள் ஆகிய இத்தகையோரைப் போர்க்களத்திலே சிறை பிடித்தல் வெற்றியாகாது என்று தன் சேனைத் தலைவனைப் பார்த்து உரைத்தான்.

நின் அமர் அழுவத்து, நெடும்போர் ஆண்மையொடு
வாளும், குடையும், மறக்களத்து ஒழித்து,
கொல்லாக் கோலத்து, உயிர்உய்த் தோரை,
வெல்போர்க் கோடல் வெற்றம் அன்று; என
தலைத்தேர்த் தானைத்தலைவற்கு உரைத்தனன்.

(சிலப். நடுகல். 90-94)

இந்நிகழ்ச்சி சிலப்பதிகாரத்திற் காணப்படுவது. போரிலே தோற்றவர்களைச் சிறை செய்வது போர் வெற்றியன்று என்பதைக் குறித்தது இது. இந்த அறத்திற்கு மாறாக நடந்த செங்குட்டுவன் செயலைச் சோழன் வெறுத்தான். ஆதலால் அவன், சேரன் படைத் தலைவனாகிய நீலனிடம் முகங் கொடுத்துக்கூட உரையாடவில்லை; தன் படைத்தலைவன் முகத்தைப் பார்த்து மேலே கூறியவாறு உரைத்தான்.

இந் நீலன், தோற்ற மன்னர்களைப் பாண்டியனிடம் காட்டச் சென்றபோது, பாண்டியன் புகன்றதும் குறிப்பிடத் தக்கது.

போர்க்களத்தின் வெற்றி, பகை மன்னன் பக்கம் ஆகும் படி, போர்க்களத்தைத் துறந்து தவக்கோலம் பூண்டு ஓடியவர் களின் மேல் மிகுந்த சினம் கொண்டு, அவர்களைப் பிடித்துத் துன்புறுத்துகின்றவனுடைய போர் வெற்றி புதுமையான வெற்றி யாகவே இருக்கின்றது! என்றான் வெற்றிவேல் செழியன்.

அமர்க்களம் அரசனது ஆகத் துறந்து
தவப்பெருங் கோலம் கொண்டோர் தம்மேல்
கொதி அழல் சீற்றம் கொண்டோன் கொற்றம்
புதுவது! என்றனன் போர்வேல் செழியன்.

(சிலப். நடுகல். 104- 107)

இவ்வாறு பாண்டியன் தமிழர்களின் போர் நீதியை எடுத்துரைத்தான். செங்குட்டுவன் செயலை இகழ்ந்து பேசினான்.

வெற்றி வீரர்களுக்குப் பாராட்டு

பண்டைத் தமிழரசர்கள். போரிலே மாண்டவர்களின் குடும்பங்களுக்கு உதவி செய்து வந்தனர். மாண்டவர்களின் மைந்தர்களைப் பாதுகாத்து வந்தனர். போரிலே வெற்றி பெற்ற வீரர்களுக்குப் பரிசுகள் வழங்கினர். காயம்பட்ட வீரர்களை யெல்லாம் காப்பாற்றினார்கள். அவர்களுக்கு வேண்டிய உதவிகளையெல்லாம் புரிந்தார்கள். இவைகளையும் போர் நீதிகளாகக் கொண்டிருந்தனர்.

இந்த உண்மையைச் சிலப்பதிகாரத்தில் காணலாம்.

நீள்நில மன்னர் நெஞ்சுபுகல் அழித்து
வானவ மகளிரின் வதுவைசூட்டு அயர்ந்தோர்,
உலையாவெம்சமம் ஊர்ந்து அமர் உழக்கி,
தலையும் தோளும் விலைபெறக் கிடந்தோர்.
நாள்விலைக் கிளையுள், நல் அமர் அழுவத்து
வாள்வினை முடித்து, மறத்தொடு முடிந்தோர்;

குழிக்கண் பேய்மகள் குரவையின் தொடுத்து
வழிமருங்கு ஏத்த வாளொடு மடிந்தோர்;
கிளைகள் தம்மொடு கிளர்பூண் ஆகத்து
வளையோர் மடிய மடிந்தோர், மைந்தர்;
மலைத்துத் தலைவந்தோர் வாளொடு மடிய
தலைத்தார் வாகை தம்முடிக்கு அணிந்தோர்;
திண்தேர்க் கொடிஞ்சியொடு தேரோர் வீழ.
புண்நோய் குருதியின் பொலிந்த மைந்தர்;
மாற்றுஅரும் சிறப்பின் மணிமுடிக் கருந்தலை
கூற்றுக் கண்ணோட அரிந்து களம்கொண்டோர்;
நிறம்சிதை கவயமொடு நிறப்புண் கூர்ந்து
புறம்பெற வந்த போர்வாள் மறவர்;
வருக தாம் என வாகைப் பொலம் தோடு
பெருநாள் அமயம் பிறக்கிடக் கொடுத்து,
தோடுஆர் போந்தை தும்பையொடு முடித்து,
பாடுதுறை முற்றிய கொற்ற வேந்தன்
ஆடுகொள் மார்போடு அரசுவிளக்கு இருக்கையின்

என்பது சிலப்பதிகாரம்- நீர்ப்படைக் காதை. செங்குட்டுவன் போரிலே வெற்றி பெற்றபின் என்ன செய்தான் என்பதை இவ்வடிகள் குறித்தன.

போரிலே எதிர்த்த பகை மன்னர்களின் மன ஊக்கம் அழியும்படி போர் செய்து தமது வீரத்தை வெளியிட்டுச் சுவர்க்கம் புகுந்தவர்கள், அப் போரிலே பின்னிடாமல் நின்று போர் செய்து தலையும் தோளும் துணிபட்டுக் கிடந்தவர்கள், வாளால் வெற்றியுடன் போர் செய்து பகைவர்களை அழித்து மாண்டு போனவர்கள். உறவினர்களும், தமது மனைவி மார்களும், தம்முடன் இறந்து போகும்படி போரிலே மாண்டவர்கள் ஆகிய இவர்களுடைய மைந்தர்களை யெல்லாம் வருக என்று அழைத்தான். எதிர்த்து வந்தோர் போரிலே மடியும்படி வாட் போர் செய்து வாகைமாலை சூடி நின்ற வீரர்கள், பகைவர்களுடைய தேர்ப்படை வீரர்களைக் கொன்று இரத்தத்துடன் காட்சி யளிக்கும் வீரர்கள், எதிரிகளின் கரிய தலைகளைக் கூற்றுவனும் கண்டு இரங்கும்படி அறுத்துத் தள்ளி வெற்றி பெற்ற வீரர்கள், தம் மார்பில் இருந்த கவசம் சிதைந்தும், மார்பிலே புண் பட்டும், அஞ்சாமல் எதிரிகளைப் புறமிட்டு ஓடும்படி செய்துவந்த வீரர்கள்- இவர்களையும் வருக என்று அழைத்தான்.

இவர்களுக்கெல்லாம், அவர்கள் பெற்ற வெற்றிக்கு அடையாளமாகப் பொன்னாலாகிய வாகைப் பூக்களை அளித்தான். தான் பிறந்த நாளில் கொடுக்கும் கொடையை விட மிகுதியாகப் பரிசளித்தான். நீண்டநேரம் தங்கியிருந்து பரிசளித்து அவர் களையெல்லாம் பாராட்டினான்.

இச்செய்திகளே மேலே காட்டிய சிலப்பதிகார அடிகளில் கூறப்பட்டன.

போரினால் நாசமடைந்த நாடுகளை மீண்டும் வளப் படுத்துவது பண்டைக்கால மன்னர்களின் பண்பு. போரால் பொதுமக்களின் உயிருக்கு உலை வைக்க மாட்டார்கள். அவர்கள் தப்பிப் பிழைக்கும்படி முன்னறிவிப்புக் கொடுத்து விடுவார்கள். போரிலே தோற்றுப் போனவர்களைப் பிடித்துத் துன்புறுத்துவது போர் வெற்றி ஆகாது என்று எண்ணினார்கள். போரிலே மாண்டு போனவர்களின் மைந்தர்களுக்குப் போர் வீரர்களுக்குரிய பெருமையைக் கொடுத்தார்கள்; பரிசும் கொடுத்தார்கள். போரிலே வெற்றி பெற்ற வீரர்களுக்கெல்லாம் அவர்கள் மனம் மகிழும்படி பரிசளித்துப் பாராட்டினார்கள். இவ்வுண்மை களையெல்லாம் மேலே காட்டிய சான்றுகளாற் காணலாம்.

போரிற் கவர்ந்த பொருள்

பண்டைத் தமிழ்மன்னர்கள் பகைவர் நாட்டில் கவர்ந்த செல்வங்களைத் தம் நலத்திற்குப் பயன்படுத்திக் கொள்ள மாட்டார்கள். அவைகளையெல்லாம், இரவலர்களுக்கும், கலைஞர்களுக்கும், வீரர்களுக்கும் வழங்கி விடுவார்கள். இந்த உண்மையையும் இலக்கியங்களிலே காணலாம்.

பெரிய வாயினும் அமர்கடந்து பெற்ற
அரிய என்னாது, ஓம்பாது வீசி

என்பது பதிற்றுப்பத்து. கடல் பிறக்கோட்டிய செங்குட்டுவன் சிறப்பைக் கூறும் பகுதி இது. ஐந்தாம் பத்து.

எவ்வளவு பெரிய செல்வமானாலும், போரிலே வெற்றி பெற்றுப் பகைவர்கள் நாட்டிலே கவர்ந்தவைகளை, இவைகள் கிடைத்தற்கரியவை; நாமே வைத்துப்

பாதுகாக்கவேண்டும் என்று எண்ணமாட்டாய்; இரவலர்களுக்கும் வீரர்களுக்கும் அள்ளிக் கொடுத்துவிடுவாய் என்பதுதான் மேலே காட்டிய அடிகளின் பொருள்.

அரசியல் எதிரிகளுக்கு மன்னிப்பு

பண்டைத் தமிழரசர்களிடம் மற்றொரு பெரும் பண்பு இருந்தது. அவர்கள் தம் நாட்டிலே நல்ல செயல்களைச் செய்யும்போது சிறையில் வைத்திருப்பவர்களையெல்லாம் விடுதலை செய்வார்கள். போரிலே பணியாதவர்களைச் சிறை பிடித்து வைத்திருப்பது அவர்கள் வழக்கம். அவர்களையும் நீண்டநாள் சிறையிலே வைத்துத் துன்புறுத்த மாட்டார்கள். சிறப்பாக, தெய்வங்களுக்குத் திருவிழாக்கள் நடத்தத் தொடங்கும் பொழுது, அரசியற் கைதிகளாக இருக்கின்றவர்கள் அனை வரையும் விடுதலை செய்து விடுவார்கள்.

கொடித்தேர் வேந்தனொடு கடவி மன்னர்
அடித்தளை நீக்க அருள்சுரந்து ஒருபால்

என்பது சிலப்பதிகாரம்- இந்திர விழவு ஊர் எடுத்த காதை- இந்திர விழாத் தொடங்கும் போது சோழனுடைய பகைவேந்தர்களையும், அவர்கள் கால் விலங்கைக் கழற்றிச் சிறையிலிருந்து விடுதலை செய்வார்கள்; இவ்வாறு அவர்களிடம் இரக்கங் காட்டுவார்கள் என்ற கருத்தை மேலே காட்டிய அடிகள் கூறுகின்றன.

வரி நீக்கம்

நல்ல நாட்களைக் கொண்டாடும் போது, பழந்தமிழ் மன்னர்கள், குடிமக்களின் வரியையும் தள்ளிவிடுவார்கள்.

சிறைப்படு கோட்டம் சீமின்! யாவதும்
கறைப்படு மாக்கள் கறைவீடு செய்ம்மின்!

சிறைக் கோட்டத்தைத் திறந்துவிடுங்கள்; வரிச் சுமையால் அவதியுறும் மக்களின் வரிகளைத் தள்ளிவிடுங்கள் என்பது கட்டுரை காதையில் காணப்படும் செய்தி. காளி கோயிலுக்கு

விழாச் செய்யத் தொடங்கிய பாண்டியன் இவ்வாறு அறிவித்த தாகக் கதை.

சிறையோர் கோட்டம் சீமின்! யாவதும்
கறைகெழு நாடு கறைவீடு செய்ம்மின்!

சிறைப்பட்டிருப்பவர்களை, சிறைக் கோட்டக் கதவுகளைத் திறந்து விடுதலை செய்யுங்கள். நாட்டினருடைய வரிச் சுமை களைத் தள்ளுபடி செய்யுங்கள்.

இவ்வாறு செங்குட்டுவன், கண்ணகிக்குக் கல்நாட்டும் போது கட்டளையிட்டான். இவன் கனக- விசயர்களையும், சிறை பட்டிருந்த ஏனைய வேந்தர்களையும் விடுதலை செய்தான் என்றே சிலப்பதிகாரம் சொல்லுகிறது.

சோழன், பாண்டியன், சேரன் ஆகிய மூவேந்தர்களும், நல்ல நாட்களிலே- சிறப்பாகத் திருவிழாத் தொடங்கும் நாட்களிலே- அரசியற் கைதிகளை எல்லாம் சிறையிலிருந்து விடுதலை செய்து வந்தனர் என்பதைக் காணலாம்.

இவ்வாறு எதிரிகளை மன்னித்து அவர்களை விடுதலை செய்வது ஒரு சிறந்த அரசியல் முறையாகும். எதிரிகளைத் தமது நட்பினர்களாகச் செய்து கொள்வதற்கு இம்முறை வழிகோலுவதாகும்; பகைமை குறைவதற்கும் வழியாகும்.

போர் வெற்றிக்குப் பின்னர், பண்டைத் தமிழ் மன்னர்கள் தம் பகை வேந்தர்கள் பால் எப்படி நடந்து கொண்டனர் என்பதைக் குறிக்க இந்நிகழ்ச்சிகள் போதுமானவை.

அரசியல் எதிரிகளைஅடக்கி ஒடுக்கி, நிலையான எதிரிகளாக வைத்திருப்பது சிறந்த அரசியல் அறிவாகாது. அவர்களை நண்பர்களாகச் செய்து கொண்டு நாட்டு மக்களின் வாழ்வையே சிறந்த குறிக்கோளாகக் கொண்டு ஆட்சி புரிவதுதான் உயர்ந்த அரசியலாகும்; மக்கள் ஆட்சிக்குரிய மாண்பாகும். இவ்வுண்மையைப் பண்டைத் தமிழர்கள் உணர்ந்திருந்தனர். அரசியற் பகைவர்களுக்கு மன்னிப்பளித்து விடுதலை செய்த செயலே இதற்குச் சான்றாகும்.

வரிச் சுமையால் வாடும் குடிமக்களுக்கு ஆறுதல் அளிப்பதும் அரச நீதியாகும். பண்டை வேந்தர்கள் இந் நீதியைப் பின்பற்றினர். வரி கட்ட முடியாதவர்களுக்கு, வரியைத் தள்ளிக் கொடுத்தனர். இவ்வாறு செய்து குடிமக்களின் அன்பையும், ஆதரவையும் பெற்று வாழ்ந்தனர் அரசர்கள்.

போரும் அமைதியும்

பழந்தமிழ் மக்கள் போரின் கொடுமையை நன்றாக அறிந்திருந்தனர். நாட்டுக்கு நலம் உள்ள செயல் எதையும் போர்க் காலத்தில் செய்ய முடியாது. மக்கள் வாழ்வுக்கு வேண்டிய ஆக்க வேலை போர்க் காலத்தில் நடைபெறாது; நாச வேலைதான் போர்க் காலத்தில் நடைபெறும். இந்த உண்மை நமது முன்னோர் உணர்ந்ததுதான்.

அமைதியால் நன்மை

நாட்டிலே அமைதி குடிகொண்டிருந்தால்தான் மக்கள் மகிழ்ச்சியுடன் வாழ்வார்கள்; மக்கள் வாழ்க்கைக்கு வேண்டிய பண்டங்களுக்குப் பஞ்சம் உண்டாகாது. அவைகள் வேண்டிய அளவு விளைவிக்கப்படும். மக்கள் விரும்பும் கலைகள் வளரும்; கவிதைகள் வளரும்; வறுமை ஒழியும்; செல்வம் செழிக்கும்; நாடெங்கும் விழாக்களும், விளையாட்டுக்களும் நடைபெறும்; அமைதி நிலவும், எல்லா நாடுகளிலும் இந்த நிலையை நாம் காணுகின்றோம்.

போர்க் காலத்தில் மக்கள் ஒழுக்கமும் கெட்டுப் போகும்; அமைதியான காலத்தில்தான் மக்களிடம் ஒழுக்கம் வளரும்; அமைதியான காலத்தில்தான் கூடாஒழுக்கங்களில் தலைப்படும் மக்களைத் தடுத்து நல்வழியிலே நடக்கும்படி செய்யவும் முடியும்.

சுருக்கமாகச் சொன்னால், போரினால் ஒரு நாட்டு மக்களின் ஒழுக்கம் கெடும்; செல்வம் அழியும்; இன்ப வாழ்வு சிதையும். அமைதியால் நாட்டிலே ஒழுக்கம் உயரும்; செல்வம் பெருகும்; இன்ப வாழ்வு வளரும். இந்த உண்மையை என்றும் எவரும் மறுக்க முடியாது.

பதிற்றுப்பத்தின் மூன்றாம் பத்தைப் பாடிய ஆசிரியர் பாலைக் கௌதமனார் இந்த உண்மையை எடுத்துக்காட்டு கின்றார்.

பெரிய வலிமையுள்ள பகைவர்களின், பசுமையான கண் களையுடைய யானைப் படைகள் துண்டு துண்டாகச் சிதையும்படி, மிகுந்த வீரத்துடன் அவைகளை வெட்டி வீழ்த்துவார்கள். அவர்கள் இரத்தம் தோய்ந்த அடிகளை யுடையவர்கள்; வீரக் கழலை அணிந்தவர்கள்; விரைந்து செல்லும் குதிரை வீரர்கள்; இவர்கள் விரைவாக அம்பு தொடுப்பதை மறக்கும்படி உனது நாட்டை நன்றாக அமைதியுடன் காப்பாற்றுகின்றாய்.

நீ இவ்வாறு அமைதி நிலவும்படி அரசு செய்வதனால் உனது நாட்டிலே விளைவுப்பொருள் குறைவதில்லை; உனது நாடும் துன்பமின்றி வாழ்கின்றது.

கோடை நிலைத்து, குன்று வறண்டு, அருவிநீர் விழாமல் வற்றிப்போன, பெரிய மழையற்ற காலத்திலும், உனது பேராற்றில் நீர் குறைவதில்லை. இரு கரைகளும் வழியும்படி நீர் பெருகி வரும். அகன்ற அப் பேராற்றின் பக்கத்தில் உள்ள பெரிய நிலங்களில் தண்ணீர் மிகுந்து பாயும். சும்மா விடப்பட்ட கரம்பு நிலத்திலே உள்ள வெடிப்புக்களில் எல்லாம் தண்ணீர் நிறையும்.

இப்படி நிறையும்படி, தழைகளால் மூடப்பட்டு, விரைந்து வந்து மிகுதியாகப் பாய்கின்ற சிறந்த தண்ணீரின் பூசல்தான்- ஆரவாரந்தான்- உனது நாட்டில் கேட்கப்படுகின்றது. இதைத் தவிர வேறு எந்தப் போரும்- பூசலும் - உனது நாட்டில் இல்லை. ஆதலால் உனது நாடு செல்வம் நிரம்பியிருக்கின்றது.

இவ்வாறு பல்யானைச் செல்கெழு குட்டுவனைப் புகழ்ந்து பாடுகிறார் பாலைக் கௌதமனார்.

திருஉடைத்து அம்ம! பெருவிறல் பகைவர்
பைம்கண் யானைப் புணர்நிரை துமிய
உரம்துரந்து எறிந்த, கறைஅடிக் கழல்கால்,
கடுமா மறவர் கதழ்தொடை மறப்ப,
இளைஇனிது தந்து, விளைவுமுட் டுறாது
புலம்பா உறையுள் நீதொழில் ஆற்றலின்;
விடுநிலக் கரம்பை விடர் அளை நிறையக்
கோடை நீடக், குன்றம் புல்என
அருவி அற்ற பெருவறல் காலையும்

***நிவந்துகரை இழிதரும் நனம்தலைப் பேரியாற்றுச்
சீர்உடை வியன்புலம் வாய்பரந்து மிகீஇயல்
உவலை சூடி உருத்துவரு மலிர்நிறைச்
செந்நீர்ப் பூசல் அல்லது
வெம்மை அரிதுநின் அகன்தலை நாடே.***

இதுவே அப்பாடல். அமைதியால் ஒரு நாட்டில் ஏற்படும் நன்மையை உணர்த்திற்று.

ஒற்றுமையின் உயர்வு

காவிரிப்பூம்பட்டினத்துக் காரிக்கண்ணனார் என்னும் புலவரின் சிறந்த பாட்டு ஒன்று புறநானூற்றிலே காணப்படு கின்றது. அரசர்கள் தம்முள் போர் செய்யாமல் ஒன்றுபட்டு வாழ்வதனால் உண்டாகும் நன்மையை அப் பாடல் வலியுறுத்துகின்றது. தமிழ்நாட்டு மன்னர்கள் அடிக்கடி ஒருவரோடு ஒருவர் போர் புரிந்த காலத்தில் எழுந்த பாடல் அது. தமிழ் வேந்தர்கள் ஒற்றுமையுடன் வாழ வேண்டியதன் இன்றியமையாமையைப் பற்றி அப்பாடல் எடுத்துக் காட்டுகின்றது.

குராப்பள்ளித் துஞ்சிய பெருந்திருமா வளவன் என்பவன் ஒரு சோழ மன்னன். வெள்ளி அம்பலத்துத் துஞ்சிய பெருவழுதி என்பவன் ஒரு பாண்டியன். இவ்விருவரும் ஒருநாள் ஓர் இடத்திலே ஒன்றாக இருந்தனர்; பகைமையின்றி அன்புடன் அளவளாவியிருந்தனர். இதைக் கண்ட புலவர் காரிக் கண்ணனார் உள்ளத்திலே பெருமகிழ்ச்சி பிறந்தது. இவ்வாறே தமிழ் மன்னர்கள் உவகையுடன் ஒன்றுபட்டு வாழ்ந்தால் தமிழ்நாடு எப்படியிருக்கும்! என்ற சிந்தனை அவர் உள்ளத்திலே வளர்ந்தது. போர் ஒழிந்து அமைதி நிலவினால் நாடும், நாட்டு மக்களும் அடையும் நன்மையைப் பற்றி நினைக்க நினைக்க அவர் நெஞ்சம் மகிழ்ந்தது.

அப்புலவர் தன் மனத்தில் எழுந்த எண்ணங்களை அப்படியே அவர்கள் முன்னிலையில் கொட்டினார்.

நீ குளிர்ந்த நீரையுடைய காவிரிக்குத் தலைவன்!

இவனோ, அடிமரம் தொலைந்த- பூவாது காய்க்கும் மரமாகிய - ஆலமரத்தின் விழுது போன்றவன். அடிமரம் தொலைந்தாலும் அதன் கிளைகளை அம் மரத்தின் விழுதுகள் தாங்குகின்றன. அதுபோல, இவன் தன் முன்னோரால் காக்கப் பட்ட சுற்றத்தாரை, இவன் முன்னோர் மறைந்த பின், அவர்கள் வருந்தாமல் காப்பாற்றுகின்றான்; தான் சிறிதாயிருந்தாலும், பாம்பை அதன் கூட்டத்துடன் நடுங்கச் செய்யும் இடி ஏறுபோல இவன் இளைஞனாயினும் தன் பகைவர்க்கு இடம் கொடாத போர்த்திறம் பொருந்திய பாண்டியர் குடியிலே பிறந்தவன்.

நீ அறம் நிலைத்திருக்கும் உறையூரில் வாழும் அரசன்!

இவனோ, நெல்லும் நீரும் எல்லாருக்கும் எளிதில் கிடைக்கக் கூடிய பொருள்; ஆதலால் அவற்றை அளிப்பதிலே பெருமையில்லை என்று கருதுகின்றவன். பொதிய மலைச் சந்தனமும், கடல் முத்தும் எல்லோராலும் பெற முடியாது; ஆதலால் அவற்றைக் கொடுப்பதே சிறந்த கொடையென்று கருதுவோன். வீர முரசு, தியாக முரசு, நீதி முரசு என்னும் மூன்று முரசும் தன் அரண்மனை வாயிலிலே முழங்கும்படி தமிழ் பொருந்திய மதுரையிலிருந்து செங்கோல் நடத்துவோன்.

வெண்ணிறமுள்ள உருவினனாகிய, பனைக்கொடியை உயர்த்திய பலதேவன், நீல நிறத்தோனாகிய சக்கராயுதத்தை யுடைய திருமால் என்னும் இரண்டு தெய்வங்களும் ஒன்று சேர்ந்து நின்றாற்போல நீங்கள் காணப்படுகின்றீர்கள். சிறந்த தோற்றத்துடன், காண்போர்க்கு அச்சம் பிறக்கும்படி இந்நிலையில் இருக்கின்றீர்கள். ஆதலின் இதைவிட இனிமையானது வேறு ஒன்றும் இல்லை.

இன்னும் கேளுங்கள்! உங்கள் புகழ் நீடூழி வாழ்க! ஒருவர்க் கொருவர் உதவி செய்துகொண்டு வாழுங்கள்! ஒற்றுமையுடன் என்றும் இவ்வாறே கூடியிருப்பீராயின், உங்களுக்கு வெற்றி யுண்டு. கடல் சூழ்ந்த இவ்வுலகம்- பல செல்வங்களும் பெருகும் இவ்வுலகம்- முழுவதும் உங்கள் கையில்தான் இருக்கும். இது பொய்யாகாது! என்று பாடினார் காரிக்கண்ணனார்.

நீயே, தண்புனல் காவிரிக் கிழவனை;
இவனே, முழுமுதல் தொலைந்த கோளி ஆலத்துக்
கொழுநிழல் நெடும்சினை வீழ்பொறுத் தாங்குத்
தொல்லோர் மாய்ந்துஎனத் துளங்கல் செல்லாது
நல்இசை முதுகுடி நடுக்கறத் தழீஇ,
இளையது ஆயினும் கிளை அரா எறியும்
அருநரை உருமின், பொருநரைப் பொறாஅச்
செருமாண் பஞ்சவர் ஏறே;
நீயே, அறம்துஞ்சு உறந்தைப் பொருநனை;
இவனே, நெல்லும் நீரும் எல்லார்க்கும் எளியஎன
வரைய சாந்தமும், திரைய முத்தமும்
இமிழ்குரல் முரசம் மூன்றுடன் ஆளும்
தமிழ்கெழு கூடல் தண்கோல் வேந்தே;
பால்நிற உருவின் பனைக்கொடி யோனும்
நீல்நிற உருவின் நேமியோனும் என்று
இருபெரும் தெய்வமும் உடன்நின் றாங்கு
உருகெழு தோற்றமோடு உட்குவர விளங்கி
இந்நீர் ஆகலின், இனியவும் உளவோ;
இன்னும் கேண்மின்நும் இசை வாழியவே!
ஒருவீர் ஒருவீர்க்கு ஆற்றுதிர்! இருவீரும்
உடன்நிலை திரியீ ராயின் இமிழ்திரைப்
பௌவம் உடுத்த இப் பயம்கெழு மாநிலம்
கைஅகப் படுவது பொய் ஆகாதே.

இது காரிக்கண்ணனார் பாடலின் முற்பகுதி. இது அரசர்கள் போர் செய்யாமல் ஒன்றுபட்டு வாழ்வதன் நன்மையை உணர்த்திற்று.

போருக்குத் தடை

இரு மன்னர்களுக்குள் நடக்க இருந்த போர் ஒன்றை நடக்காமல் தடுத்த நிகழ்ச்சி ஒன்று புறநானூற்றில் காணப் படுகின்றது.

அதியமான் நெடுமான் அஞ்சி சிறந்த வீரன்; கொடை வள்ளல்; ஔவையாரிடம் அன்பு பாராட்டும் தமிழ் அன்பன். அவனுடைய வீரத்தையும் புகழையும் கேட்டுத் தொண்டை மான் பொறாமை கொண்டான். அதியமானுடன் போர் செய்ய

எண்ணினான். அதன் பொருட்டுப் படை வீரர்களையும், படைக் கலங்களையும் பெருக்கி வந்தான்.

இச் செய்தியை அறிந்த அதியமான், ஒளவையாரிடம் ஆலோசனை கேட்டான். அவர் போர் மூளாமல் தடுத்து விடுவதாக உறுதி கூறினார். போர் நிகழ்ந்தால் நாடு நாசமுறும்; ஆதலால் போரைத் தடுக்க வேண்டும் என்பதே அதியமானுடைய கருத்து. இதை அறிந்த ஒளவையார் தொண்டைமானிடம் தூதாகச் சென்றார். அவன் ஒளவையாரை வரவேற்றான். அவரைத் தனது படைக்கலச் சாலைக்கு அழைத்துச் சென்றான். தான் சேர்த்து வைத்திருக்கும் படைக்கலங்களையெல்லாம் அவருக்குக் காட்டினான்.

அப்பொழுது ஒளவையார், அதியமானுடைய வீரத்தையும், அவனுக்குள்ள பொதுமக்கள் ஆதரவையும் தொண்டைமானிடம் எடுத்துக் கூறினார். போர் வராமல் தடுத்தார். இது புறநானூற்றில் காணப்படுவது.

உன்னுடைய படைக்கலங்களாகிய இவைகள் மயிற்பீலி சூட்டப்பட்டுள்ளன; மாலைகள் சூட்டப்பட்டிருக்கின்றன; வலிமையுள்ள நல்ல பிடிகளுடன் காணப்படுகின்றன; எண்ணெய் தடவப்பட்டிருக்கின்றன. அப்படியே புத்தம் புதியனவாக நல்ல பாதுகாப்புள்ள பெரிய இடத்தில் வைக்கப்பட்டிருக்கின்றன.

அந்த அதியமானுடைய படைக்கலங்களோ இப்படியில்லை. பகைவரைக் குத்தியதனால் கங்கும் நுனியும் முரிந்துவிட்டன. அவைகள் மீண்டும் செப்பனிடும் பொருட்டுக் கொல்லனுடைய வேலையிடமாகிய சிறிய கொட்டகையிலே எந்நாளும் கிடக்கின்றன.

செல்வம் இருக்கும் போது, எல்லோர்க்கும் தாராளமாக உணவளிப்பான். இல்லையானால் உள்ளதனைப் பலரோடும் பங்கிட்டு உண்பான். வறியோரை எல்லாம் காப்பாற்றும் தலைவன் அவன்; இத்தகைய எமது மன்னனுடைய வேற்படைகள் நான் சொல்லிய நிலையில் இருக்கின்றன என்று உரைத்தார்.

இதனால் நீ போர் செய்து பழகாதவன்; இப்பொழுது தான் புதிதாகப் படைக்கலங்கள் சேர்த்திருக்கின்றாய்; எமது மன்னனுக்கு எப்பொழுதும் போர் புரிவதே வேலை. அவன் படைக்கலங்கள் பழமையானவை; அன்றியும் அவன் மக்களுடன் கலந்து வாழ்பவன்; அவனுக்குப் பொதுமக்கள் ஆதரவு உண்டு என்பதை எடுத்துக்காட்டினார் ஔவையார். இதனை,

இவ்வே,
பீலி அணிந்து, மாலை சூட்டிக்
கண்திரள் நோன்காழ் திருத்தி, நெய் அணிந்து
கடிஉடை வியன்நக ரவ்வே,
அவ்வே, பகைவர்க் குத்திக், கோடுநுதி, சிதைந்து,
கொல்துறைக் குற்றுஇலம் மாதோ; என்றும்
உண்டாயின் பதம் கொடுத்து,
இல்ஆயின் உடன் உண்ணும்
இல்லோர் ஒக்கல் தலைவன்
அண்ணல்எம் கோமான், வைந்நுதி வேலே

என்ற பாடலால் காணலாம்.

மேலே எடுத்துக்காட்டியவைகள் சங்க காலத்திலும்- அடிக்கடி போர் நிகழ்ந்து கொண்டிருந்த காலத்திலும்- அதன் கொடுமையை உணர்ந்தவர்கள் இருந்தனர். போரைத் தடுக்க முயன்றனர், அமைதியான வாழ்வை விரும்பும் புலவர்களும் அரசர்களும் இருந்தனர் என்ற உண்மையை உணர்த்துவன.

போர் இல்லாமல் அமைதியுடன் வாழ்வதால்தான் நாட்டுக்கு நன்மையுண்டு; அமைதியை நிலைநாட்டும் மன்னர் களுக்குத்தான் புகழ் உண்டு; போரிலே வென்று வெற்றி வீரர் என்னும் பட்டம் பெறுவதைவிட அமைதியைக் காப்பதனால் தான் பெரும்புகழ் உண்டு, அழியாத நிலைமையும் உண்டு என்பது கம்பன் கருத்து. பண்டைத் தமிழர்களின் கருத்தே கம்பன் உள்ளத்திலும் இவ்வெண்ணத்தை உருவாக்கியது என்று உரைக்கலாம்.

யாரொ டும்பகை கொள்ளிலன் என்றபின்
போர் ஒடுங்கும்; புகழ்ஒடுங் காது; தன்
தார் ஒடுங்கல் செல்லாது; அது தந்தபின்

வேரொ டும்கெடல் வேண்டல்உண் டாகுமோ.

வசிட்டன் இராமனுக்கு அரச நீதி கூறும்போது இவ்வாறு கூறியதாகக் கம்பன் பாடுகின்றான்.

யாரொடும் பகை கொள்ளாமல் சமாதானமாக வாழ முயற்சிப்பதே அரசன் கடமை; இவ்வாறு அரசன் வாழ்கின்றான் என்றபின் அவனுடைய நாட்டிலே போர் தோன்றாது; போர் தோன்றக்கூடிய நிலைமை ஏற்பட்டாலும் அந்நிலைமை மறைந்து போய்விடும்.

போரினால்தான் மன்னர்கள் புகழ்பெற முடியும் என்று சிலர் சொல்லுகின்றனர்; அது உண்மையன்று. போர் மறைந்தாலும், அப்போர் மறைவதற்குக் காரணமாயிருந்த மன்னனுடைய புகழ் மறையாது, குறையாது; வளரும்.

அந்த மன்னனுடைய சேனைகளின் அளவும் ஆற்றலும் குறையாது; பெருகித்தான் நிற்கும். இந்தத் தன்மை உண்டான பின் அந்த மன்னனும், அரசும் அடியோடு அழிந்து போக வேண்டிய நிலைமையும் ஏற்பாடாது. அந்த அரசன் நிலைத்த புகழுடன் வாழ்வான். அவனது நாடும் எல்லாச் செல்வங் களையும் பெற்று இனிது வாழும்.

இதுவே மேலே காட்டிய கம்பன் செய்யுளில் காணும் பொருள்.

போரால் தமிழகம் அடைந்த நிலையை நன்றாக அறிந்தவன் கம்பன்; போரால் நாட்டில் ஏற்பட்ட நாசங்களைக் கண்ணாரக் கண்டவன் கம்பன். ஆதலால்தான் இத்தகைய அரிய நீதியை வசிட்டன் வாயால் உரைத்தான்.

போர்க் கொடுமை!

போரின் கொடுமையைப் பற்றி ஏறக்குறைய நூறு ஆண்டு களுக்கு முன்னிருந்த இராமலிங்க அடிகள் தெளிவாகப் பாடியிருக்கின்றார். போரினால் ஏற்படும் இழப்பும் துன்பமும் அவர் உள்ளத்தை உலுக்கிவிட்டன. அவற்றை எண்ணி எண்ணி ஏக்கம் அடைகின்றார். உலகிலேயே போர்

இல்லாமல் என்றும் அமைதி நிலவவேண்டும் என்பதே வடலூரர்ப் பெரியாரின் கருத்து.

அரங்கினில் படைகொண்டு உயிர்க்கொலை புரியும்
அறக்கடை யவரினும் கடையேன்

போர்க்களத்திலே கொல்லும் கருவியைக் கையில் ஏந்தி நின்று உயிர்க்கொலை புரிகின்றவர்கள் கடைப்பட்ட மனிதர்கள். அவர்கள் நாட்டை நாசமாக்கும் போர் வெறியர்கள் என்று வெறுத்துப் பேசுகின்றார்;

வீணில் போர் இழை வெறியர்
புகழ்பெறு வெறியர்.

வீணாகப் போர் புரிகின்றவர்கள்; போர் வெறி பிடித்தவர்கள், வீணர்கள் என்று கடிந்து கூறுகிறார்.

உலகரசு ஆள்வோர்,
உறைமுடிவாள் கொண்டு, ஒருவரை ஒருவர்
உயிர்அறச் செகுத்தனர், எனவே
தரை உறச் சிறியேன் கேட்ட போதெல்லாம்
தளர்ந்து உளம் நடுங்கிநின்று அயர்ந்தேன்

என்று பாடுகின்றார். உலகிலே அரசாளுவோர், உறையிலே கிடந்த வாளை உருவிக்கொண்டு, ஒருவரை ஒருவர் பகைத்து உயிர்களைக் கொன்று குவித்தனர் என்ற செய்தியை நான் கேட்டபோதெல்லாம் நடுங்கினேன்; என் உள்ளம் தளர்ந்து நடுநடுங்கித் திகைப்படைந்தேன் என்று போரிலே தமக்குள்ள வெறுப்பைப் புலப்படுத்துகின்றார்.

போரின் கொடுமையைப் பற்றி இவ்வளவு கடுமையாக வெறுத்துக் கூறிய வேறு புலவர்களைக் காண முடியாது. போரினால் நாட்டுக்கும், மக்களுக்கும் ஏற்படும் விளைவைப் பற்றி வடலூர் வள்ளலார் நன்றாக உணர்ந்தவர்.

உலக மக்கள் ஒன்றுபட்டு வாழவேண்டும்; சாதி, மத, இன வேறுபாடற்ற சமரச சன்மார்க்கம் உலகம் முழுவதும் பரவ வேண்டும் என்ற பரந்த நோக்கம் உள்ளவர் இராமலிங்க அடிகள். போர் நிகழ்ந்தால் இத்தகைய ஒற்றுமைக்கு

இடமில்லை; உலகம் ஒன்றுபட முடியாது என்பதே அவர் கருத்து.

போரின் பலன் வறுமைதான்; வறுமையால் மக்கள் ஒழுக்கங் கெடும்; வறுமையால் வாடுவோர்பால் மனிதத் தன்மை கூட மறைந்துவிடும்; தாம் வாழ்ந்தால் போதும் என்னும் தந்நலப் பேயைப் பேணி வளர்ப்பது வறுமைதான். இவ்வுண்மையைச் சிந்தித்துத் தெளிந்தவர் இராமலிங்க அடிகள். ஆதலால்தான், போரை- போர் செய்வோரை- போர் வெறி பிடித்தவர்களை- அவ்வளவு வன்மையாகக் கண்டித்துப் பாடினார்.

மேலே கூறியவைகளைக் கொண்டு தமிழகத்துச் சான்றோர்களின் பேரறிவைக் காணலாம். சங்க காலம் முதல் இன்று வரையிலும் போரை வெறுத்து அமைதியை விரும்பும் அறிஞர்கள் தமிழகத்தில் வாழ்ந்தனர், வாழ்கின்றனர் என்பதில் ஐயம் இல்லை.

புறநானூறு, பதிற்றுப்பத்துப் போன்ற நூல்களைப் பார்த்து விட்டுத் தமிழர்கள் போர்வெறி பிடித்தவர்கள் என்று கூறுவோர் உண்டு. இது உண்மை அன்று. தமிழர்கள் செய்த போர்கள் அறத்தை நிலைநாட்டப் புரிந்த போர்களாகத்தான் இருந்தன. இராமலிங்க அடிகள் பாடுகின்றபடி வீணில் போர் இழை வெறியர் களாகத் தமிழர்கள் இருந்ததில்லை என்பதுதான் உண்மை. அவர்கள் குறிக்கோள் அமைதி, சமாதானம் என்பது உறுதி.

இதுவரையிலும் கூறியவைகளைக்கொண்டு பண்டைத் தமிழரின் அரசியல் பற்றிய பல உண்மைகளை அறியலாம்.

பண்டைத் தமிழ் மக்கள் அரசியலை அலட்சியம் பண்ணி விடவில்லை. நாட்டிலே நல்லரசாட்சி நிலவவேண்டும் என்பதிலே கவலை கொண்டிருந்தனர். அவர்கள் மக்களுக்கு நன்மை செய்த மன்னர்களைத் தெய்வமாகப் போற்றினார்கள். அம்மன்னர்கள் நல்வாழ்வு வாழ வேண்டும் என்று வாழ்த்தினார்கள்.

மன்னர்கள் சர்வாதிகாரம் படைத்தவர்களாயிருந்தால், அவர்கள் எவ்வளவு நல்லவர்களாயிருந்தாலும் அதிகாரச் செருக்கு அவர்களை ஆட்டிவைக்காமல் விடாது. ஆதலால்,

பண்டை மன்னர்களுக்குச் சர்வாதிகாரம் பிறப்புரிமையாக இருந்தும் அவர்கள் புலவர்களின் அறிவுரைகளைப் போற்றி வந்தனர்; ஐம்பெருங்குழு, எண்பேராயம் என்னும் மந்திரி சபையையும், பொதுஜன சபையையும் அமைத்துக்கொண்டு அரசாட்சி நடத்தி வந்தனர்.

பண்டைத் தமிழ் மன்னர்கள், ஆட்சியிலே சிறு குற்றம் புரிவோர்க்கும் பெருந்தண்டனை கொடுத்தனர்.

பண்டை மன்னர்கள் பெரும்பாலும் சமாதானத்தையே விரும்பினர். சமாதான காலத்தில் நாடு செழிக்கும் என்பது அவர்கள் நம்பிக்கை. இவ்வுண்மைகளை நமக்குப் பண்டைத் தமிழ் இலக்கியங்கள் எடுத்துக்காட்டுகின்றன.

முற்றும்.

★★★

9 788168 651128